TRANZLATY

Language is for everyone
ภาษาเป็นสิ่งที่ทุกคนต้องการ

The Call of Cthulhu

เสียงเรียกของคธูลู

H.P. Lovecraft
เอช.พี. เลิฟคราฟต์

English
ไทย

www.tranzlaty.com

The Horror Made of Clay
ความสยองขวัญที่ทำจากดินเหนียว

There is one thing I find particularly merciful.
มีสิ่งหนึ่งที่ผมรู้สึกว่าเมตตาเป็นพิเศษ

The inability of the human mind to correlate events.
ความไม่สามารถของจิตใจมนุษย์ในการเชื่อมโยงเหตุการณ์ต่าง ๆ เข้าด้วยกัน

It's a blessing that we can't understand the world.
นับเป็นเรื่องดีที่เราไม่สามารถเข้าใจโลกได้อย่างถ่องแท้

We live blissfully on a placid island of ignorance.
เราใช้ชีวิตอย่างมีความสุขบนเกาะแห่งความไม่รู้ที่สงบสุข

An island in the midst of black seas of infinity.
เกาะแห่งหนึ่งท่ามกลางทะเลดำอันไร้ขอบเขต

And it was not meant that we should voyage far.
และเราไม่ได้ตั้งใจที่จะเดินทางไกล

The sciences each strain in their own directions.
วิทยาศาสตร์แต่ละสาขาต่างมุ่งไปในทิศทางของตนเอง

But hitherto science's findings have harmed us little.
แต่จนถึงปัจจุบัน
ผลการค้นพบทางวิทยาศาสตร์ยังไม่ก่อให้เกิดอันตรายต่อเรามากนัก

But some day dissociated knowledge will be pieced together.
แต่สักวันหนึ่ง
ความรู้ที่กระจัดกระจายเหล่านั้นจะถูกนำมารวมกันได้

Terrifying vistas of reality will open up to us.
ภาพความจริงอันน่าสะพรึงกลัวจะเปิดเผยให้เราเห็น

And we will be left in a frightful vantage point.
และเราจะตกอยู่ในสถานการณ์ที่น่าหวาดกลัวอย่างยิ่ง

We will either go mad from the revelation we are given.

เราอาจจะเสียสติไปเพราะการเปิดเผยที่เราได้รับ

Or we will flee from the deadly light that we will see.
หรือเราจะหนีจากแสงอันร้ายกาจที่เราจะได้เห็น

We will run from the knowledge we had always pursued.
เราจะหนีจากความรู้ที่เราใฝ่หามาโดยตลอด

And we will seek the peace and safety of a new dark age.
และเราจะแสวงหาสันติภาพและความปลอดภัยในยุคมืดใหม่

Theosophists have guessed at the scale of the cosmos.
นักปรัชญาลัทธิเทววิทยาได้คาดเดาขนาดของจักรวาลเอาไว้

Our world is but a transient incident in this cycle.
โลกของเราเป็นเพียงเหตุการณ์ชั่วคราวในวัฏจักรนี้

The human race plays but a little role in the universe.
มนุษย์มีบทบาทเพียงเล็กน้อยในจักรวาล

The theosophists have hinted at strange methods of survival.
กลุ่มนักปรัชญาเทววิทยาได้กล่าวเป็นนัยถึงวิธีการเอาตัวรอดที่แปลกประหลาดบางประการ

But their suggestions would freeze a rational man's blood.
แต่ข้อเสนอแนะเหล่านั้นจะทำให้คนที่มีเหตุผลถึงกับช็อกได้เลย

Only the optimism of their ideas hides the horror.
มีเพียงแง่ดีของความคิดพวกเขาเท่านั้นที่ปกปิดความน่าสะพรึงกลัวเอาไว้

But it is not their ideas that chill me the most.
แต่ไม่ใช่ความคิดของพวกเขาที่ทำให้ผมรู้สึกหวาดหวั่นที่สุด

It is something else that fills me with terror.
มีสิ่งอื่นอีกที่ทำให้ฉันหวาดกลัวอย่างยิ่ง

The single glimpse of forbidden eons I have seen.
ฉันได้เห็นเพียงเสี้ยววินาทีเดียวของยุคสมัยต้องห้าม

When I think of what I saw my blood stands still.
เมื่อนึกถึงสิ่งที่ฉันเห็น เลือดในตัวฉันก็หยุดไหล

Restlessness plagues my dreams since that glimpse.

นับตั้งแต่เห็นภาพนั้น

ความกระสับกระส่ายก็รบกวนความฝันของฉันมาตลอด

It came to me like all dreaded glimpses of truth.
มันปรากฏขึ้นต่อหน้าฉันราวกับความจริงอันน่าหวาดกลัวทั้งปวง

An accidental piecing together of separated things.
การนำสิ่งของที่แยกจากกันมาประกอบเข้าด้วยกันโดยบังเอิญ

An old newspaper item and the notes of a dead professor.
บทความจากหนังสือพิมพ์เก่าและบันทึกของศาสตราจารย์ผู้ล่วงลับ

In a flash everything was pieced together before me.
ในชั่วพริบตา ทุกอย่างก็ปรากฏชัดเจนต่อหน้าฉัน

I hope no one else will accomplish this terrible insight.
ฉันหวังว่าคงไม่มีใครทำผิดพลาดร้ายแรงแบบนี้อีก

Certainly, if I live, I shall never help anyone to know it.
แน่นอน ถ้าฉันยังมีชีวิตอยู่
ฉันจะไม่มีวันช่วยให้ใครรู้เรื่องนี้เด็ดขาด

I shall never knowingly supply a link in so hideous a chain.
ฉันจะไม่มีวันเข้าไปเป็นส่วนหนึ่งในห่วงโซ่อันน่าสยดสยองเช่นนี้นเด็ดขาด

I think that the professor, too, intended to keep silent.
ฉันคิดว่าศาสตราจารย์เองก็ตั้งใจที่จะเก็บเรื่องนี้ไว้เป็นความลับเช่นกัน

He didn't mean to share the secrets that he knew.
เขาไม่ได้ตั้งใจจะเปิดเผยความลับที่เขารู้

And I'm sure he would have destroyed his notes.
และผมมั่นใจว่าเขาคงทำลายบันทึกของเขาไปแล้ว

If he had not been seized by sudden and suspicious death.
หากเขาไม่ได้เสียชีวิตอย่างกะทันหันและน่าสงสัยเสียก่อน

****

My knowledge of the thing began in the winter of 1926-27.
ผมเริ่มรู้จักสิ่งนี้ในช่วงฤดูหนาวปี 1926-27

My great-uncle was the professor George Gammell Angell.
คุณทวดของฉันคือศาสตราจารย์ จอร์จ แกมเมล แองเจลล์

He was the Professor Emeritus of Semitic languages.
เขาเป็นศาสตราจารย์กิตติคุณด้านภาษาเซมิติก

He lectured in Brown University, Providence, Rhode Island.
เขาเคยเป็นอาจารย์พิเศษที่มหาวิทยาลัยบราวน์
เมืองโพรวิเดนซ์ รัฐโรดไอส์แลนด์

His death, at the age of ninety-two, triggered the event.
การเสียชีวิตของเขาเมื่ออายุ 92 ปี
เป็นจุดเริ่มต้นของเหตุการณ์นี้

He was widely known as an authority on ancient inscriptions.
เขาเป็นที่รู้จักอย่างกว้างขวางในฐานะผู้เชี่ยวชาญด้านจารึกโบราณ

Heads of prominent museums came to him for his expertise.
ผู้บริหารของพิพิธภัณฑ์ชื่อดังหลายแห่งต่างมาขอคำแนะนำจากเขาในด้านความเชี่ยวชาญ

So his death was noticed by many within academic circles.
ดังนั้นการเสียชีวิตของเขาจึงเป็นที่รับรู้กันในแวดวงวิชาการเป็นส่วนใหญ่

Interest was intensified by the obscurity of his death.
ความสนใจยิ่งทวีความรุนแรงขึ้นเนื่องจากสาเหตุการเสียชีวิตของเขาค่อนข้างคลุมเครือ

It occurred as he was disembarking from the Newport boat.
เหตุการณ์ดังกล่าวเกิดขึ้นขณะที่เขากำลังลงจากเรือที่เดินทางมาจากนิวพอร์ต

Witnesses say a dark nautical-looking fellow had jostled him.

พยานกล่าวว่าชายผิวคล้ำหน้าตาคล้ายทหารเรือได้ผลักเขา
After being stricken, he fell suddenly, witnesses say.
พยานกล่าวว่า หลังจากถูกทำร้าย เขาก็ล้มลงอย่างกะทันหัน
Physicians were unable to find any visible disorder.
แพทย์ไม่พบความผิดปกติใดๆ ที่มองเห็นได้
After some perplexed debate they reached their conclusion.
หลังจากถกเถียงกันอย่างงุนงง พวกเขาก็ได้ข้อสรุป
"It must have been a lesion of the heart," they agreed.
"มันน่าจะเป็นความผิดปกติที่หัวใจ" พวกเขาเห็นพ้องกัน
"After all, he was rather an elderly man," they added.
"อย่างไรก็ตาม เขาก็เป็นชายชราคนหนึ่งแล้ว"
พวกเขากล่าวเสริม
"the brisk ascent of the steep hill caused his end."
"การปีนขึ้นเนินเขาสูงชันอย่างรวดเร็วเป็นสาเหตุให้เขาเสียชีวิต
"

At the time I saw no reason to dissent from this dictum.
ในขณะนั้น ผมมองไม่เห็นเหตุผลใดที่จะคัดค้านคำกล่าวนี้
But latterly I am inclined to wonder about their conclusion.
แต่ช่วงหลังมานี้ ผมเริ่มสงสัยเกี่ยวกับข้อสรุปของพวกเขาแล้ว
And I do more than just wonder if they were right.
และฉันไม่ได้แค่สงสัยว่าพวกเขาพูดถูกหรือเปล่าเท่านั้นเอง

***

My grand-uncle died alone as a childless widower.
คุณลุงของฉันเสียชีวิตอย่างโดดเดี่ยวในฐานะพ่อม่ายที่ไม่มีบุตร
And so I became heir and executor to his possessions.
และด้วยเหตุนี้
ข้าพเจ้าจึงได้เป็นทายาทและผู้จัดการมรดกของเขา
So I was expected to go over his papers and writings.

ดังนั้นฉันจึงได้รับมอบหมายให้ตรวจสอบเอกสารและงานเขียนของเขา

I moved his entire set of files and boxes to my Boston home.
ฉันขนย้ายเอกสารและกล่องทั้งหมดของเขาไปที่บ้านของฉันในบอสตัน

Much of the materials I collected will later be published.
เอกสารจำนวนมากที่ฉันรวบรวมไว้จะได้รับการตีพิมพ์ในภายหลัง

Many academics in his field took great interest in his work.
นักวิชาการหลายคนในสาขาของเขาสนใจงานของเขาเป็นอย่างมาก

The American archeological society relied on him greatly.
สมาคมโบราณคดีอเมริกันพึ่งพาเขาอย่างมาก

But there was one box which I found exceedingly puzzling.
แต่มีกล่องหนึ่งที่ผมรู้สึกงุนงงเป็นอย่างมาก

I felt much averse from showing these files to other eyes.
ฉันรู้สึกไม่สบายใจอย่างมากที่จะแสดงไฟล์เหล่านี้ให้คนอื่นเห็น

The box had been locked, unlike the other boxes.
กล่องนั้นถูกล็อกไว้ ต่างจากกล่องอื่นๆ

And initially I found no key that would open this box.
และในตอนแรก ฉันไม่พบกุญแจใดที่สามารถเปิดกล่องนี้ได้

But then the location of the key occurred to me.
แต่แล้วฉันก็นึกออกว่ากุญแจอยู่ที่ไหน

The professor always carried a keyring in his pocket.
ศาสตราจารย์มักพกพวงกุญแจไว้ในกระเป๋าเสื้อเสมอ

It was indeed one of these keys that opened the box.
แท้จริงแล้วกุญแจดอกหนึ่งในบรรดากุญแจเหล่านั้นเองที่ใช้เปิดกล่องได้

But in the box was a still more closely locked barrier.
แต่ภายในกล่องนั้นยังมีสิ่งกีดขวางที่ล็อกแน่นหนายิ่งกว่าเดิม

What could be the meaning of the queer bas-relief?

ภาพนูนต่ำแปลกประหลาดนี้มีความหมายว่าอย่างไรกันแน่?

Various paper cuttings accompanied the bas-relief.
มีภาพตัดปะกระดาษหลากหลายแบบประกอบอยู่กับภาพนูนต่ำ

What did the disjointed jottings and ramblings allude to?
ข้อความที่เขียนแบบไม่ปะติดปะต่อและวกวนเหล่านั้นหมายถึง
อะไร?

Had my uncle become credulous to superficial impostures?
ลุงของฉันหลงเชื่อการหลอกลวงที่ดูผิวเผินไปแล้วหรือเปล่า?

Perhaps in his later years his criticalness thought slowed.
บางทีในช่วงบั้นปลายชีวิต
ความคิดเชิงวิพากษ์ของเขาอาจลดลง

Someone had disturbed this old man's peace of mind.
มีคนมารบกวนความสงบสุขของชายชราผู้นี้

And so I resolved to locate the eccentric sculptor.
ดังนั้นผมจึงตั้งใจที่จะตามหาประติมากรผู้แปลกประหลาดคนนั้
น

The man who set in motion my uncle's strange obsession.
ชายผู้จุดประกายความหลงใหลแปลกประหลาดของลุงฉัน

***

The bas-relief was roughly shaped like a rectangle.
ภาพนูนต่ำมีรูปทรงคล้ายสี่เหลี่ยมผืนผ้าโดยประมาณ

The rectangular shape was less than an inch thick.
รูปทรงสี่เหลี่ยมผืนผ้านั้นมีความหนาน้อยกว่าหนึ่งนิ้ว

And the bas-relief was about five by six inches in area.
และภาพนูนต่ำนั้นมีพื้นที่ประมาณห้าคูณหกนิ้ว

It was obvious that the bas-relief was of modern origin.
เห็นได้ชัดว่าภาพนูนต่ำนั้นมีต้นกำเนิดในยุคสมัยใหม่

The designs, however, were far from modern in atmosphere.

อย่างไรก็ตาม
การออกแบบเหล่านั้นกลับห่างไกลจากบรรยากาศที่ทันสมัยอย่างสิ้นเชิง

The inscriptions suggested a far older civilization.
จารึกเหล่านั้นบ่งชี้ว่าอารยธรรมนั้นมีอายุเก่าแก่กว่ามาก

The vagaries of cubism and futurism were many and wild.
แนวคิดคิวบิสม์และฟิวเจอริสม์มีความผันแปรมากมายและสุดขั้ว

But normally such patterns fail to produce regularity.
แต่โดยปกติแล้ว รูปแบบดังกล่าวไม่ก่อให้เกิดความสม่ำเสมอ

The cryptic regularity which lurks in prehistoric writing.
ความสม่ำเสมอที่ซ่อนเร้นอยู่ในการเขียนในยุคก่อนประวัติศาสตร์

This regularity was certainly present in the bas-relief.
ความสม่ำเสมอนี้ปรากฏให้เห็นอย่างชัดเจนในภาพนูนต่ำ

I was certain the inscriptions represented a writing system.
ฉันมั่นใจว่าจารึกเหล่านั้นแสดงถึงระบบการเขียนอย่างหนึ่ง

I had some familiarity with the papers of my uncle.
ฉันคุ้นเคยกับเอกสารของลุงฉันอยู่บ้าง

And I had looked through all of his collections and works.
และฉันได้ดูผ่านคอลเล็กชันและผลงานทั้งหมดของเขาแล้ว

But I failed to find any writing that was similar.
แต่ฉันไม่พบงานเขียนใดที่คล้ายคลึงกันเลย

I could not geographically place this alphabet in any way.
ฉันไม่สามารถระบุตำแหน่งทางภูมิศาสตร์ของตัวอักษรเหล่านี้ได้เลย

Nor could I guess from what time this writing came from.
ฉันไม่สามารถเดาได้ว่างานเขียนนี้มาจากยุคสมัยใด

Above these apparent hieroglyphics there was a figure.
เหนืออักษรภาพที่เห็นได้ชัดเหล่านั้น มีรูปทรงหนึ่งปรากฏอยู่

The figure was evidently only of pictorial intent.

เห็นได้ชัดว่ารูปดังกล่าวมีจุดประสงค์เพื่อเป็นภาพประกอบเท่า
นั้น

The impressionism of the picture added to the mystery.
ลักษณะการวาดภาพแบบอิมเพรสชั่นนิสม์ยิ่งเพิ่มความลึกลับใ
ห้กับภาพ

No clear idea of the creature's nature could be discerned.
ไม่สามารถระบุลักษณะที่แท้จริงของสิ่งมีชีวิตนั้นได้อย่างชัดเจน

The creature seemed to be a monster, of some sort.
สิ่งมีชีวิตนั้นดูเหมือนจะเป็นสัตว์ประหลาดชนิดหนึ่ง

Or the symbol represented a monster, of some sort.
หรือสัญลักษณ์นั้นอาจหมายถึงสัตว์ประหลาดชนิดใดชนิดหนึ่ง

Only a diseased mind could conceive of such a form.
มีแต่จิตใจที่ป่วยไข้เท่านั้นที่จะคิดถึงรูปแบบเช่นนี้ได้

My imagination yielded different pictures simultaneously.
จินตนาการของฉันสร้างภาพต่างๆ ขึ้นมาพร้อมๆ กัน

But my imagination may also be somewhat extravagant.
แต่จินตนาการของฉันอาจจะเกินจริงไปบ้างก็ได้

An octopus, a dragon, and also a human caricature.
มีทั้งปลาหมึก มังกร และภาพล้อเลียนมนุษย์ด้วย

I shall try not be unfaithful to the spirit of the thing.
ฉันจะพยายามไม่บิดเบือนเจตนารมณ์ของเรื่องนี้

A pulpy, tentacled head surmounted a scaly body.
ส่วนหัวที่มีลักษณะเป็นเนื้อเยื่อและมีหนวดจำนวนมากอยู่เหนือ
ลำตัวที่เป็นเกล็ด

Rudimentary wings protruded from the grotesque shape.
ปีกที่ยังไม่สมบูรณ์ยื่นออกมาจากรูปร่างที่บิดเบี้ยว

But the shape of the monster wasn't even the worst part.
แต่รูปร่างของสัตว์ประหลาดนั้นไม่ใช่ส่วนที่แย่ที่สุดด้วยซ้ำ

The background of the picture was even more frightening.
ฉากหลังของภาพนั้นยิ่งน่ากลัวกว่าเดิม

The scenery had a vague suggestion of another civilization.

ทิวทัศน์นั้นชวนให้นึกถึงอารยธรรมอื่นอยู่บ้าง
Cyclopean architecture from a forgotten part of the world.
สถาปัตยกรรมขนาดมหิมาจากดินแดนที่ถูกลืมเลือนไปแล้ว

***

Only some notes and press cuttings accompanied the oddity.
สิ่งแปลกประหลาดนั้นมาพร้อมกับบันทึกย่อและบทความจากหนังสือพิมพ์เพียงบางส่วนเท่านั้น

The press cuttings seemed to be only vaguely related.
บทความจากหนังสือพิมพ์ดูเหมือนจะมีความเกี่ยวข้องกันเพียงผิวเผินเท่านั้น

The hand written notes were all from my uncle.
ข้อความที่เขียนด้วยลายมือทั้งหมดเป็นของลุงของฉัน

But his notes made no pretense to any literary style.
แต่บันทึกของเขาไม่ได้อ้างว่ามีรูปแบบทางวรรณกรรมใดๆ

There was no ordering mechanism to any of the papers.
ไม่มีกลไกการจัดลำดับใดๆ สำหรับเอกสารทั้งหมด

Although there seemed to be a master document to the notes.
ถึงแม้ว่าดูเหมือนจะมีเอกสารต้นฉบับสำหรับบันทึกเหล่านั้นอยู่ก็ตาม

This document was ascribed to the cult of Cthulhu
เอกสารฉบับนี้ถูกระบุว่าเป็นของลัทธิบูชาคธูลู

The word's letters had been painstakingly written out.
ตัวอักษรของคำนั้นถูกเขียนออกมาอย่างพิถีพิถัน

There should be no erroneous reading of the unheard of word.
ไม่ควรมีการตีความผิดพลาดต่อคำที่ไม่เคยได้ยินมาก่อน

This Cthulhu manuscript was divided into two sections;
ต้นฉบับคธูลูนี้แบ่งออกเป็นสองส่วน;

The first manuscript was titled the following:

ต้นฉบับแรกมีชื่อเรื่องดังนี้:

"1925 - Dream and Dream Work of H. A. Wilcox"
"1925 - ความฝันและการทำงานของความฝันของ เอช.เอ. วิลค็อกซ์"

"7 Thomas St., Providence, Road Island"
"7 ถนนโทมัส พรอวิเดนซ์ โรดไอส์แลนด์"

And the second manuscript was titled the following:
และต้นฉบับฉบับที่สองมีชื่อเรื่องดังนี้:

"Narrative of Inspector John R. Legrasse"
"บันทึกเรื่องราวของสารวัตรจอห์น อาร์. เลอกราสส์"

"121 Bienville St., New Orleans, 1908 Meetings."
"121 ถนนเบียนวิลล์ นิวออร์ลีนส์ การประชุมปี 1908"

"Notes on Same, & Prof. Webb's account of events"
"หมายเหตุเกี่ยวกับเรื่องเดียวกัน

และบันทึกเหตุการณ์ของศาสตราจารย์เวบบ์"

The other manuscript papers were all brief notes.
เอกสารต้นฉบับอื่นๆ ล้วนเป็นบันทึกย่อสั้นๆ

Some manuscripts described the queer dreams of different persons.
เอกสารบางฉบับบรรยายถึงความฝันแปลกประหลาดของบุคคลต่างๆ

Some manuscripts cited from theosophical books and magazines.
เอกสารต้นฉบับบางส่วนอ้างอิงจากหนังสือและนิตยสารเกี่ยวกับเทววิทยา

Notably, most of these citations were from W. Scott-Eliott.
ที่น่าสังเกตคือ ข้อมูลอ้างอิงส่วนใหญ่มาจาก ดับเบิลยู. สก็อตต์-อีเลียต

Mainly the notes referenced Atlantis and the Lost Lemuria.
โดยส่วนใหญ่แล้วบันทึกเหล่านั้นกล่าวถึงแอตแลนติสและเลมูเรียที่สาบสูญ

The other notes commented on long-surviving secret societies.

บันทึกอื่นๆ กล่าวถึงสมาคมลับที่ดำรงอยู่มาอย่างยาวนาน

Hidden cults that may or may not still exist somewhere.

ลัทธิลับที่อาจจะยังมีอยู่หรืออาจจะไม่มีอยู่แล้วในที่ใดที่หนึ่ง

Two books seemed to provide most of the information;

ดูเหมือนว่าหนังสือสองเล่มนี้จะให้ข้อมูลส่วนใหญ่

Miss Murray's Witch-Cult in Western Europe.

ลัทธิแม่มดของมิสเมอร์เรย์ในยุโรปตะวันตก

This book thoroughly detailed Mythological sources.

หนังสือเล่มนี้ได้อธิบายรายละเอียดเกี่ยวกับแหล่งที่มาของตำนานเทพเจ้าอย่างครบถ้วน

And Frazer's Golden Bough provided anthropological sources.

และหนังสือ กิ่งไม้สีทอง
ของเฟรเซอร์ได้ให้แหล่งข้อมูลทางมานุษยวิทยา

***

The cuttings largely alluded to outré mental illnesses.

บทความเหล่านั้นส่วนใหญ่กล่าวถึงโรคทางจิตที่แปลกประหลาด

Outbreaks of group folly and mania in the spring of 1925.

เกิดการระบาดของพฤติกรรมสุดโต่งและอาการคลุ้มคลั่งในกลุ่มคนในช่วงฤดูใบไม้ผลิปี 1925

The first half of the manuscript told a very peculiar tale.

ครึ่งแรกของต้นฉบับเล่าเรื่องราวที่แปลกประหลาดมาก

1925, the 1st of March, a thin dark young man came to my uncle.

วันที่ 1 มีนาคม ค.ศ. 1925
ชายหนุ่มร่างผอมผิวคล้ำคนหนึ่งมาหาลุงของฉัน

The manuscript describes his neurotic and excited aspect.

ต้นฉบับบรรยายถึงลักษณะนิสัยที่วิตกกังวลและตื่นเต้นง่ายของเขา

And he bore with him the strange bas-relief.
และเขาก็พกภาพนูนต่ำแปลกประหลาดนั้นติดตัวไปด้วย

At that time the bas-relief was exceedingly damp and fresh.
ในเวลานั้น ภาพนูนต่ำยังชุ่มชื้นและสดใหม่เป็นอย่างมาก

His card bore the name of Henry Anthony Wilcox.
ในนามบัตรของเขา มีชื่อว่า เฮนรี แอนโทนี วิลค็อกซ์

And my uncle had slightly recognized who he was.
และลุงของฉันก็พอจะจำได้ว่าเขาเป็นใคร

He was the youngest son of an excellent family.
เขาเป็นลูกชายคนเล็กของครอบครัวที่มีฐานะดี

Latterly he had been studying sculpture at Rhode Island.
ช่วงหลังๆ เขาได้ศึกษาด้านประติมากรรมที่รัฐโรดไอส์แลนด์

He lived alone at the Fleur-de-Lys Building.
เขาอาศัยอยู่คนเดียวในอาคารเฟลอร์-เดอ-ลีส์

His residences were near the university.
ที่พักของเขาอยู่ใกล้กับมหาวิทยาลัย

Wilcox was a precocious youth of known genius.
วิลค็อกซ์เป็นเด็กหนุ่มที่มีพรสวรรค์โดดเด่นและเป็นที่รู้จักกันดี

But he was also known for his great eccentricity.
แต่เขาก็เป็นที่รู้จักกันดีในเรื่องความแปลกประหลาดอย่างมากเช่นกัน

From childhood he had excited the attention of others.
ตั้งแต่เด็กเขาก็ดึงดูดความสนใจของผู้อื่นมาโดยตลอด

He told of strange stories no one had told him about.
เขาเล่าเรื่องแปลกๆ ที่ไม่มีใครเคยเล่าให้เขาฟังมาก่อน

And he was in the habit of relating strange dreams.
และเขามักเล่าความฝันแปลกๆ ให้ฟังอยู่เสมอ

He described himself as "psychically hypersensitive".
เขาอธิบายตัวเองว่าเป็น "ผู้ที่มีความไวต่อสิ่งเร้าทางจิตใจสูง"

But those around him had other descriptions for him.

แต่คนรอบข้างกลับให้คำอธิบายเกี่ยวกับเขาในอีกแบบหนึ่ง

They were staid folk of the ancient commercial city.

พวกเขาเป็นชาวเมืองการค้าโบราณที่เคร่งขรึม

And they dismissed him as merely strange and "queer".

และพวกเขาดูถูกเขาโดยมองว่าเขาเป็นเพียงคนแปลกประหลาดและ "ผิดปกติ" เท่านั้น

And so he never mingled much with his kind.

ดังนั้นเขาจึงไม่ค่อยคลุกคลีกับคนประเภทเดียวกันมากนัก

And he had dropped gradually from social visibility.

และเขาก็ค่อยๆ หายไปจากสายตาของสาธารณชน

Now he is known only to a small group of esthetes.

ปัจจุบันเขาเป็นที่รู้จักเฉพาะในกลุ่มผู้ชื่นชอบศิลปะกลุ่มเล็กๆ เท่านั้น

And those who knew him came mostly from other towns.

และผู้ที่รู้จักเขาส่วนใหญ่มาจากเมืองอื่น ๆ

Even the Providence art club had found him quite hopeless.

แม้แต่ชมรมศิลปะของเมืองโพรวิเดนซ์ก็ยังมองว่าเขาไร้ความสามารถอย่างสิ้นเชิง

Of course they were anxious to preserve their conservatism.

แน่นอนว่าพวกเขากระตือรือร้นที่จะรักษาแนวคิดอนุรักษ์นิยมของตนไว้

***

The professor's manuscript continued to describe the visit.

ต้นฉบับของศาสตราจารย์ยังคงบรรยายถึงการเยี่ยมชมครั้งนั้นต่อไป

The sculptor abruptly asked for his host's archeological knowledge.

ประติมากรถามถึงความรู้ด้านโบราณคดีของเจ้าบ้านอย่างกระทันหัน

He wanted him to identify the hieroglyphics on the bas-relief.
เขาต้องการให้เขาระบุอักษรภาพบนภาพนูนต่ำนั้น

He spoke in a dreamy and rather stilted manner.
เขาพูดด้วยน้ำเสียงที่เหม่อลอยและค่อนข้างติดขัด

His speech suggested pose and alienated sympathy.
คำพูดของเขาแสดงออกถึงการเสแสร้งและทำให้ผู้คนรู้สึกห่างเหินจากความเห็นอกเห็นใจ

And my uncle showed some sharpness in his reply.
และลุงของฉันก็ตอบกลับมาอย่างเฉียบคม

Because the bas-relief was still conspicuously freshness.
เพราะภาพนูนต่ำนั้นยังคงดูสดใหม่อย่างเห็นได้ชัด

So there was no need for any kinship with archeology.
ดังนั้นจึงไม่จำเป็นต้องมีความเกี่ยวข้องใดๆ กับโบราณคดี

Young Wilcox's rejoinder was of a fantastically poetic cast.
คำตอบของวิลค็อกซ์หนุ่มนั้นมีลักษณะเป็นบทกวีที่ยอดเยี่ยมมาก

My uncle must have been impressed with the reply.
ลุงของฉันคงประทับใจกับคำตอบนั้นมากแน่ๆ

And he recorded the reply of Wilcox verbatim.
และเขาบันทึกคำตอบของวิลค็อกซ์ไว้ตรงตามคำพูดทุกคำ

"The bas-relief is indeed still conspicuously fresh."
"ภาพนูนต่ำนั้นยังคงดูสดใหม่อย่างเห็นได้ชัด"

"Because I made this bas-relief last night, after a dream."
"เพราะฉันทำภาพนูนต่ำนี้เมื่อคืน หลังจากฝันไป"

"A dream of strange cities and stranger people."
"ความฝันถึงเมืองแปลก ๆ และผู้คนแปลกประหลาดกว่านั้น"

"And dreams are older than brooding Tyros."
"และความฝันนั้นเก่าแก่กว่าไทโรผู้ครุ่นคิดเสียอีก"

"Dreams are older than the contemplative Sphinx."
"ความฝันนั้นเก่าแก่กว่าสฟิงซ์ผู้ครุ่นคิดเสียอีก"

"And dreams are older than the garden-girdled Babylon."

"และความฝันนั้นเก่าแก่กว่าเมืองบาบิโลนที่ล้อมรอบด้วยสวนเสียอีก"

This type of speech turned out to be characteristic of him.
ปรากฏว่ารูปแบบการพูดเช่นนี้เป็นลักษณะเฉพาะตัวของเขา

It was then that he began that rambling tale.
จากนั้นเขาก็เริ่มเล่าเรื่องราวที่วกไปวนมานั้น

The tale which suddenly played upon a sleeping memory.
เรื่องราวที่จู่ๆ ก็ผุดขึ้นมาในความทรงจำที่หลับใหล

The tale that won the fevered interest of my uncle.
เรื่องราวที่ดึงดูดความสนใจอย่างมากของลุงของฉัน

***

There had been a slight earthquake tremor the night before.
เมื่อคืนก่อนเกิดแผ่นดินไหวเล็กน้อย

The most considerable tremor New England had felt for some years.
แผ่นดินไหวครั้งใหญ่ที่สุดในนิวอิงแลนด์ในรอบหลายปี

Wilcox's imagination had been keenly affected by the earthquake.
จินตนาการของวิลค็อกซ์ได้รับผลกระทบอย่างมากจากเหตุการณ์แผ่นดินไหว

He had had an unprecedented dream of great Cyclopean cities.
เขามีความฝันที่ไม่เคยเกิดขึ้นมาก่อนเกี่ยวกับเมืองยักษ์ไซคลอปส์ขนาดมหึมา

He dreamed of Titan blocks and sky-flung monoliths.
เขาฝันถึงก้อนหินไททันและเสาหินสูงเสียดฟ้า

All the architecture was dripping with green ooze.
สิ่งก่อสร้างทั้งหมดถูกปกคลุมไปด้วยของเหลวสีเขียวเหนียวหนืบ

And his dreams were sinister with latent horror.

และความฝันของเขาก็เต็มไปด้วยความน่าสะพรึงกลัวแฝงเร้นอยู่

Hieroglyphics had covered the walls and pillars.
อักษรภาพโบราณถูกจารึกไว้ทั่วผนังและเสา

From somewhere underneath there came a sound.
มีเสียงดังมาจากข้างล่าง

The sound was of a voice, but it was not a voice.
เสียงนั้นฟังดูเหมือนเสียงพูด แต่ก็ไม่ใช่เสียงพูดจริงๆ

A chaotic sensation which only fancy could transmute into sound.
ความรู้สึกสับสนวุ่นวายที่จินตนาการเท่านั้นที่จะสามารถแปรเปลี่ยนเป็นเสียงได้

He attempted to say the almost unpronounceable word.
เขาพยายามออกเสียงคำที่แทบจะออกเสียงไม่ได้เลย

A jumble of unlikely letters; "Cthulhu fhtagn".
ตัวอักษรที่ดูไม่น่าจะเข้ากันได้เรียงกันมั่วไปหมด; "คธูลู ฟทากน์"

This verbal jumble was the key to my uncle's recollection.
คำพูดที่สับสนวุ่นวายนี้เป็นกุญแจสำคัญที่ทำให้ลุงของฉันระลึกถึงเหตุการณ์นั้นได้

This strange sound excited and disturbed Professor Angell.
เสียงแปลกประหลาดนี้ทำให้ศาสตราจารย์แองเจลล์รู้สึกตื่นเต้นและไม่สบายใจ

He questioned the sculptor with scientific minuteness.
เขาตั้งคำถามกับประติมากรด้วยความละเอียดถี่ถ้วนแบบวิทยาศาสตร์

He studied the bas-relief with almost frantic intensity.
เขาพิจารณาภาพนูนต่ำนั้นด้วยความตั้งใจอย่างแรงกล้าเกือบจะถึงขั้นคลั่งไคล้

My uncle blamed his old age, Wilcox afterward said.

วิลค็อกซ์กล่าวในภายหลังว่า
ลุงของผมโทษว่าเป็นเพราะอายุมากแล้ว

In his younger days he would have recognized the hieroglyphics.
ในวัยหนุ่มของเขา เขาคงจะจำอักษรภาพเหล่านั้นได้

The pictorial design wouldn't have puzzled his sharper mind.
การออกแบบภาพประกอบคงไม่ทำให้สมองอันเฉียบแหลมของเขาสับสนไปเสียหน่อย

Many of his questions seemed highly out of place to his visitor.
คำถามหลายข้อของเขาดูไม่เหมาะสมอย่างยิ่งสำหรับผู้มาเยือน

He tried to connect him to strange mythological cults.
เขาพยายามเชื่อมโยงเขากับลัทธิลึกลับในตำนานต่างๆ

He tried to get him to admit affiliation to secret societies.
เขาพยายามเกลี้ยกล่อมให้เขายอมรับว่าตนเองเป็นสมาชิกของสมาคมลับต่างๆ

My uncle even promised to keep his visitor's secret.
ลุงของฉันถึงกับรับปากว่าจะเก็บความลับเรื่องแขกที่มาเยี่ยมไว้เป็นอย่างดี

"Are you not part of a widespread mystical group?"
"คุณไม่ได้เป็นส่วนหนึ่งของกลุ่มลัทธิลึกลับที่แพร่หลายหรือ?"

"Are you not a member of a paganly religious body?"
"คุณไม่ได้เป็นสมาชิกขององค์กรทางศาสนาที่นับถือลัทธินอกรีตหรือ?"

Eventually he became convinced the sculptor wasn't a member.
ในที่สุดเขาก็เริ่มมั่นใจว่าประติมากรคนนั้นไม่ใช่สมาชิกของกลุ่ม

He was indeed ignorant of any cult or system of cryptic lore.
เขาไม่รู้เรื่องเกี่ยวกับลัทธิหรือระบบความรู้ลึกลับใดๆ เลยจริงๆ

He besieged his visitor with demands for future reports of dreams.

เขารบเร้าผู้มาเยือนด้วยการเรียกร้องให้รายงานความฝันในอน
าคตอย่างต่อเนื่อง

This strange request bore regular and interesting fruit.
คำขอแปลกประหลาดนี้กลับให้ผลลัพธ์ที่น่าสนใจและหลากหลา
ย

***

After the first interview the manuscript records daily calls.
หลังจากสัมภาษณ์ครั้งแรก ต้นฉบับจะบันทึกการโทรรายวัน

He related startling fragments of nocturnal imagery.
เขาเล่าถึงภาพเหตุการณ์ยามค่ำคืนที่น่าตกใจบางส่วน

There were always the same themes in his dreams.
ความฝันของเขามักมีธีมเดิมๆ ซ้ำๆ กันเสมอ

A terrible Cyclopean vista of dark and dripping stone.
ภาพทิวทัศน์อันน่าสยดสยองของหินสีดำที่เปียกชุ่มราวกับภาพ
วาดขนาดยักษ์ไซคลอปส์

A subterranean voice or intelligence shouting
monotonously.
เสียงหรือสติปัญญาจากใต้ดินที่ตะโกนอย่างซ้ำซากจำเจ

Two sounds seemed to repeat themselves in his dreams.
ดูเหมือนว่าเสียงสองเสียงจะดังซ้ำไปมาในความฝันของเขา

But these sounds were as enigmatic as the other sounds.
แต่เสียงเหล่านี้ก็ลึกลับไม่แพ้เสียงอื่นๆ

The sounds can only be rendered by the letters "Cthulhu"
and "R'lyeh".
เสียงเหล่านี้สามารถแสดงได้โดยใช้ตัวอักษร "คธูลู" และ
"ร'ไลเยห์" เท่านั้น

On March 23rd, the manuscript continued, Wilcox failed to
come.

เอกสารระบุต่อไปว่า ในวันที่ 23 มีนาคม
วิลค็อกซ์ไม่ได้มาตามนัด

My uncle made inquiries at the quarters of his whereabouts.
ลุงของฉันสอบถามไปยังที่พักของเขาเกี่ยวกับที่อยู่ของเขา

That night he had been stricken with an obscure sort of
fever.
คืนนั้นเขาเกิดมีไข้ชนิดไม่ทราบสาเหตุขึ้นมา

And he was taken to the home of his family in Waterman
Street.
และเขาถูกนำตัวไปยังบ้านของครอบครัวที่ถนนวอเตอร์แมน

That night he had cried out in one of his dreams.
คืนนั้นเขาร้องออกมาในความฝัน

His cries aroused several other artists in the building.
เสียงร้องของเขาปลุกศิลปินคนอื่นๆ ในอาคารให้ตื่นขึ้น

And he was between alternations of unconsciousness and
delirium.
และเขามีอาการสลับไปมาระหว่างหมดสติและเพ้อคลั่ง

My uncle at once telephoned the family of Wilcox.
ลุงของฉันโทรศัพท์ไปหาครอบครัวของวิลค็อกซ์ทันที

And from that time forward he kept close watch of the case.
และนับจากนั้นเป็นต้นมา เขาก็ติดตามคดีนี้อย่างใกล้ชิด

He called often at the Thayer Street office of Dr. Tobey.
เขาแวะไปที่สำนักงานของดร. โทบีย์ บนถนนเธเยอร์บ่อยครั้ง

Dr. Tobey was in charge of the patient's condition.
คุณหมอโทบีย์เป็นผู้รับผิดชอบดูแลอาการของผู้ป่วย

The youth's febrile mind was dwelling on strange things.
จิตใจที่ร้อนรุ่มของเด็กหนุ่มกำลังจดจ่ออยู่กับเรื่องแปลกๆ

The doctor shuddered now and then as he spoke of the
dreams.
คุณหมอตัวสั่นเป็นระยะขณะเล่าถึงความฝันเหล่านั้น

The dreams repeated a lot of the earlier themes.
ความฝันเหล่านั้นมีเนื้อหาซ้ำกับเรื่องราวในตอนต้นๆ มาก

But now his dreams made mention of something new.
แต่คราวนี้ความฝันของเขากลับกล่าวถึงเรื่องใหม่

A gigantic thing "a miles high" which walked, or lumbered about.
สิ่งมีชีวิตขนาดมหึมา "สูงหลายไมล์"
ที่เดินหรือเคลื่อนตัวอย่างเชื่องช้า

He at no time fully described this object in any detail.
เขาไม่เคยบรรยายถึงวัตถุชิ้นนี้อย่างละเอียดครบถ้วนเลยแม้แต่ครั้งเดียว

But Dr. Tobey relayed the frantic words of his patient.
แต่คุณหมอโทบีย์ได้ถ่ายทอดคำพูดที่ตื่นตระหนกของคนไข้ของเขา

And the professor became increasingly certain of what it was.
และศาสตราจารย์ก็เริ่มมั่นใจมากขึ้นเรื่อยๆ ว่ามันคืออะไร

The nameless monstrosity he had sought to depict in his sculpture.
สัตว์ประหลาดไร้นามที่เขาพยายามจะถ่ายทอดออกมาในงานประติมากรรมของเขา

The doctor had mentioned the bas-relief he had made.
คุณหมอได้กล่าวถึงภาพนูนต่ำที่เขาทำขึ้น

This mention preludes the young man's subsidence into lethargy.
การกล่าวถึงนี้เป็นลางบอกเหตุว่าชายหนุ่มจะเริ่มเชื่องซึมลงสู่ความเฉื่อยชา

His temperature, oddly enough, was not greatly above normal.
ที่น่าแปลกคือ อุณหภูมิร่างกายของเขาไม่ได้สูงกว่าปกติมากนัก

But his general condition suggested he was in a fever.
แต่สภาพโดยรวมของเขาบ่งชี้ว่าเขามีไข้

A fever, as opposed to being in the grasp of a mental disorder.

เป็นไข้ ไม่ใช่ภาวะทางจิต

***

On April 2nd at about 3 p.m. the fever came to an end.
เมื่อวันที่ 2 เมษายน เวลาประมาณ 15.00 น. ไข้ก็ลดลง

Every trace of Wilcox's malady suddenly ceased.
อาการป่วยของวิลค็อกซ์หายไปอย่างฉับพลัน

He sat upright in bed as if waking up from regular sleep.
เขานั่งตัวตรงบนเตียงราวกับเพิ่งตื่นจากหลับสนิท

He was astonished to find himself at his parents' home.
เขาตกใจมากที่พบว่าตัวเองอยู่ที่บ้านของพ่อแม่

And he was completely ignorant of what had happened.
และเขาไม่รู้เลยว่าเกิดอะไรขึ้น

Neither dream nor reality had made an impression on his
mind.
ทั้งความฝันและความเป็นจริงต่างก็ไม่ได้สร้างความประทับใจใ
ดๆ ให้แก่จิตใจของเขา

Dr. Tobey pronounced him fit to be dismissed from his care.
ดร.โทบีย์วินิจฉัยว่าเขามีสุขภาพแข็งแรงพอที่จะออกจากความ
ดูแลของเขาได้

And he returned to his quarters three days later.
และเขากลับไปยังที่พักของเขาในอีกสามวันต่อมา

But to Professor Angell he was of no further assistance.
แต่สำหรับศาสตราจารย์แองเจลล์แล้ว

เขาไม่สามารถให้ความช่วยเหลือเพิ่มเติมใดๆ ได้อีก

All traces of strange dreaming had vanished with his
recovery.
ร่องรอยทั้งหมดของความฝันแปลกๆ

ได้หายไปหมดแล้วหลังจากที่เขาหายดี

For a week he recounted irrelevant and thoroughly usual
visions.

เป็นเวลาหนึ่งสัปดาห์ที่เขาเล่าถึงนิมิตที่ไม่เกี่ยวข้องและแปลกป
ระหลาดอย่างยิ่ง

And my uncle kept no further record of his night-thoughts.
และลุงของฉันก็ไม่ได้จดบันทึกความคิดในยามค่ำคืนของเขาอีก
ต่อไป

At this point the first part of the manuscript ended.
ณ จุดนี้ ส่วนแรกของต้นฉบับก็จบลง

But my research was still anything but concluded.
แต่การวิจัยของฉันยังไม่เสร็จสิ้นสมบูรณ์

References to scattered notes helped piece things together.
การอ้างอิงถึงบันทึกที่กระจัดกระจายช่วยให้สามารถปะติดปะต่
อเรื่องราวเข้าด้วยกันได้

And there was more than enough material for thought.
และมีเรื่องราวให้คิดมากมายเหลือเฟือ

My distrust of the artist had still not subsided.
ความไม่ไว้วางใจที่มีต่อศิลปินผู้นั้นยังไม่จางหายไป

But this was largely a result of my ingrained skepticism.
แต่ส่วนใหญ่แล้วเป็นผลมาจากความไม่เชื่อมั่นที่ฝังลึกอยู่ในใจข
องผม

The notes described the dreams of various persons.
บันทึกเหล่านั้นบรรยายถึงความฝันของบุคคลต่างๆ

These dreams all occurred while young Wilcox was in his
fever.
ความฝันเหล่านี้เกิดขึ้นทั้งหมดขณะที่วิลค็อกซ์หนุ่มกำลังเป็นไข้

My uncle, it seems, wasted no time in collecting the data.
ดูเหมือนว่าลุงของฉันจะไม่เสียเวลาเลยในการรวบรวมข้อมูล

He had quickly instituted a prodigiously far-flung body of
inquiries.
เขาได้ริเริ่มการสอบสวนที่ครอบคลุมวงกว้างอย่างรวดเร็ว

Any friend that didn't show impertinence he questioned.
เพื่อนคนไหนที่ไม่แสดงท่าทีไม่สุภาพ เขาก็จะตั้งคำถาม

He requested from them nightly reports of their dreams.

เขาขอให้พวกเขารายงานความฝันของตนในแต่ละคืน

And he asked if they had had any notable visions of late.
และเขาถามว่าพวกเขาได้เห็นนิมิตอะไรที่น่าสนใจบ้างในช่วงนี้หรือไม่

The reception of his request seems to have been varied.
ดูเหมือนว่าการตอบรับต่อคำขอของเขานั้นแตกต่างกันไป

But there was certainly no shortage in replies.
แต่ก็มีผู้ตอบกลับมามากมายอย่างแน่นอน

No ordinary man could have handled the replies alone.
คนธรรมดาทั่วไปคงรับมือกับคำตอบเหล่านั้นได้เพียงลำพัง

The original correspondences were not preserved.
เอกสารต้นฉบับไม่ได้ถูกเก็บรักษาไว้

But his notes formed a thorough and significant digest.
แต่บันทึกของเขาได้สรุปเนื้อหาอย่างละเอียดและมีความสำคัญมาก

***

Initially he had approached average people in society.
ในตอนแรก เขาได้เข้าหาคนทั่วไปในสังคม

New England's traditional "salt of the earth".
ชาวนิวอิงแลนด์ผู้ซื่อสัตย์และติดดินอย่างแท้จริง

But this group gave an almost completely negative result.
แต่กลุ่มนี้กลับให้ผลลัพธ์ที่เป็นลบเกือบทั้งหมด

Though there were some exceptions to this group too.
อย่างไรก็ตาม ก็มีข้อยกเว้นบางประการในกลุ่มนี้เช่นกัน

Scattered cases of uneasy but formless nocturnal impressions.
อาการรู้สึกไม่สบายใจแต่ไร้รูปแบบที่เกิดขึ้นในยามค่ำคืนประปราย

Their reports were always between March 23rd and April 2nd.

รายงานของพวกเขามักจะส่งมาระหว่างวันที่ 23 มีนาคมถึง 2 เมษายนเสมอ

This aligned with the same period of young Wilcox's delirium.
ซึ่งตรงกับช่วงเวลาเดียวกับที่วิลค็อกซ์วัยหนุ่มมีอาการเพ้อคลั่ง

Men of science had been only a little more affected.
นักวิทยาศาสตร์ได้รับผลกระทบเพียงเล็กน้อยเท่านั้น

Though four cases of vague description were of interest.
แม้ว่าจะมีกรณีศึกษา 4 กรณีที่มีคำอธิบายไม่ชัดเจน
แต่ก็เป็นที่น่าสนใจ

They had had fugitive glimpses of strange landscapes.
พวกเขาได้เห็นทิวทัศน์แปลกตาแวบหนึ่ง

And in one case a dread of something abnormal was mentioned.
และในกรณีหนึ่ง
มีการกล่าวถึงความหวาดกลัวต่อสิ่งผิดปกติบางอย่าง

It was from the artists and poets that the pertinent answers came.
คำตอบที่เกี่ยวข้องนั้นมาจากเหล่าศิลปินและกวี

It is a blessing no one had been able to compare notes.
นับเป็นโชคดีที่ไม่มีใครได้มีโอกาสแลกเปลี่ยนข้อมูลกัน

Panic would have broken loose had they shared their visions.
หากพวกเขาเปิดเผยนิมิตของตนให้คนอื่นรู้
คงเกิดความโกลาหลขึ้นอย่างแน่นอน

This, however, did not dispel my ingrained skepticism.
อย่างไรก็ตาม
สิ่งนี้ไม่ได้ทำให้ความสงสัยที่ฝังลึกอยู่ในใจฉันหายไป

Others might have come to mythical conclusions much quicker.
คนอื่นๆ อาจจะสรุปไปในทางที่ผิดได้เร็วกว่านี้มาก

But the original letters were lacking from the notes.

แต่จดหมายต้นฉบับนั้นหายไปจากบันทึกเหล่านั้น

I half suspected the compiler of having asked leading questions.

ฉันสงสัยอยู่ครึ่งหนึ่งว่าผู้รวบรวมข้อมูลอาจตั้งคำถามชี้นำ

Or perhaps the correspondences weren't entirely original.

หรือบางทีจดหมายเหล่านั้นอาจไม่ใช่สิ่งใหม่ทั้งหมดก็ได้

Perhaps my uncle had resolved to confirm Wilcox's dreams.

บางทีลุงของฉันอาจตั้งใจที่จะยืนยันความฝันของวิลค็อกซ์แล้วก็ได้

That is why I continued to feel suspicious of the sculptor.

นั่นคือเหตุผลที่ฉันยังคงรู้สึกไม่ไว้วางใจประติมากรคนนั้น

Perhaps he was still cognizant of my uncle's old data.

บางทีเขาอาจจะยังจำข้อมูลเก่าของลุงฉันได้อยู่

Perhaps he had been imposing on the veteran scientist.

บางทีเขาอาจจะทำตัวไม่เหมาะสมกับนักวิทยาศาสตร์อาวุโสคนนั้นก็ได้

Nonetheless, the corroborating data had to be investigated.

อย่างไรก็ตาม

จำเป็นต้องมีการตรวจสอบข้อมูลที่สนับสนุนเพิ่มเติม

***

The responses from the esthetes told a disturbing tale.

คำตอบจากเหล่าผู้ชื่นชอบความงามนั้นบอกเล่าเรื่องราวที่น่าตกใจ

From February 28th to April 2nd their dreams aligned.

ตั้งแต่วันที่ 28 กุมภาพันธ์ถึง 2 เมษายน

ความฝันของพวกเขาสอดคล้องกัน

And a large proportion of them had dreamed very bizarre things.

และคนจำนวนมากฝันถึงเรื่องแปลกประหลาดต่างๆ

The timing of the intensity of their dreams was also of interest.

จังหวะและความเข้มข้นของความฝันของพวกเขาก็น่าสนใจเช่นกัน

The period of the sculptor's delirium marked a highpoint.

ช่วงที่ประติมากรเกิดอาการเพ้อคลั่งนั้นถือเป็นจุดสูงสุดของอาชีพเขา

The intensity of their dreams were immeasurably the stronger.

ความเข้มข้นของความฝันของพวกเขานั้นเพิ่มมากขึ้นอย่างหาที่เปรียบมิได้

Over a quarter reported unfamiliar and unpronounceable sounds.

กว่าหนึ่งในสี่รายงานว่าได้ยินเสียงที่ไม่คุ้นเคยและออกเสียงไม่ได้

Noises not dissimilar to what Wilcox had also described.

เสียงเหล่านั้นไม่แตกต่างจากสิ่งที่วิลค็อกซ์ได้บรรยายไว้มากนัก

Some described highly elaborate and impossible architecture.

บางคนบรรยายถึงสถาปัตยกรรมที่ซับซ้อนและเป็นไปไม่ได้อย่างยิ่ง

And some of the dreamers confessed to an acute fear.

และผู้ที่ฝันบางคนก็สารภาพว่าพวกเขารู้สึกหวาดกลัวอย่างมาก

Like Wilcox, they had seen some gigantic nameless thing.

เช่นเดียวกับวิลค็อกซ์

พวกเขาได้เห็นสิ่งประหลาดขนาดมหิมาที่ไม่มีชื่อเรียก

One case, which the note describes with emphasis, was very sad.

กรณีหนึ่งซึ่งบันทึกดังกล่าวเน้นย้ำเป็นพิเศษนั้น

เป็นเรื่องน่าเศร้าอย่างยิ่ง

The subject was a widely known architect of the region.

บุคคลที่เป็นหัวข้อของบทความนี้คือสถาปนิกที่มีชื่อเสียงโด่งดัง
ในภูมิภาคนี้

He too had leanings toward theosophy and occultism.
เขาเองก็มีแนวโน้มไปทางลัทธิเทววิทยาและไสยศาสตร์เช่นกัน

This man went violently insane on March the 22nd.
ชายคนนี้เกิดอาการคลุ้มคลั่งอย่างรุนแรงเมื่อวันที่ 22 มีนาคม

The exact same date of young Wilcox's seizure.
เป็นวันเดียวกับวันที่วิลค็อกซ์ตัวน้อยมีอาการชัก

He expired several months later, after incessant screaming.
เขาเสียชีวิตในอีกหลายเดือนต่อมา หลังจากกรีดร้องไม่หยุด

He begged to be saved from some escaped denizen of hell.
เขาวิงวอนขอให้ได้รับการช่วยเหลือจากปีศาจที่หลุดออกมาจาก
นรก

Regrettably, my uncle did not refer to these cases by name.
น่าเสียดายที่ลุงของผมไม่ได้เอ่ยถึงคดีเหล่านั้นโดยระบุชื่อ

Instead, all studies were given nothing more than a number.
แต่ในทางกลับกัน

การศึกษาทั้งหมดได้รับเพียงแค่ตัวเลขเท่านั้น

This way I was limited in attempting any personal
investigation.
ด้วยเหตุนี้ ผมจึงถูกจำกัดในการสืบสวนด้วยตนเอง

And corroborating the evidence further was demanding.
และการหาหลักฐานมายืนยันเพิ่มเติมนั้นเป็นเรื่องที่ท้าทายมาก

But finally I did succeed in tracing down some cases.
แต่ในที่สุดฉันก็สามารถสืบหาต้นตอของคดีบางคดีได้สำเร็จ

I should have trusted the notes from my uncle.
ฉันน่าจะเชื่อบันทึกของลุงฉันตั้งแต่แรก

They reported their dreams true to their reports.
พวกเขาเล่าว่าความฝันของพวกเขานั้นตรงกับที่พวกเขารายงา
นไว้

I have often wondered what they thought the questioning
meant.

ฉันสงสัยมาหลายครั้งแล้วว่าพวกเขาคิดว่าการสอบถามนั้นหมายความว่าอย่างไร

It is for the best that no explanation shall ever reach them.
นับว่าเป็นเรื่องดีที่สุดแล้วที่พวกเขาจะไม่ได้รับคำอธิบายใดๆ

****

As I have mentioned, my uncle also collected press clippings.
อย่างที่ผมเคยกล่าวไปแล้ว

ลุงของผมก็สะสมข่าวตัดจากหนังสือพิมพ์ด้วยเช่นกัน

These press clippings corresponded to the dates in question.
ข่าวตัดจากหนังสือพิมพ์เหล่านี้ตรงกับช่วงวันที่ที่กล่าวถึง

The sources were scattered throughout the globe.
แหล่งข้อมูลกระจัดกระจายอยู่ทั่วโลก

Professor Angell must have employed a cutting bureau.
ศาสตราจารย์แองเจลล์คงจ้างสำนักงานตัดต่อภาพมาแน่ๆ

Because the number of extracts was tremendous.
เนื่องจากจำนวนสารสกัดมีมากมายมหาศาล

There was a parallel to this part of his research.
ส่วนนี้ของการวิจัยของเขามีความคล้ายคลึงกันอยู่

Cases of panic, mania, and eccentricity.
อาการตื่นตระหนก คลุ้มคลั่ง และพฤติกรรมแปลกประหลาด

One case was a nocturnal suicide in London.
กรณีหนึ่งคือการฆ่าตัวตายในเวลากลางคืนที่ลอนดอน

A lone sleeper had leaped from a window after a shocking cry.
ชายที่นอนหลับอยู่คนเดียวคนหนึ่งกระโดดลงจากหน้าต่างหลังจากได้ยินเสียงร้องที่น่าตกใจ

A rambling letter to the editor of a paper in South America.

จดหมายวกวนถึงบรรณาธิการหนังสือพิมพ์ฉบับหนึ่งในอเมริกาใต้

A fanatic deduces a dire future from visions he had had.
ชายคลั่งศาสนาคนหนึ่งสรุปว่าอนาคตจะเลวร้ายจากนิมิตที่เขาเคยเห็น

A dispatch from California describes a theosophist colony.
รายงานจากแคลิฟอร์เนียบรรยายถึงอาณานิคมของลัทธิเทววิทยา

They donned white robes en masse for some "glorious fulfilment".
พวกเขาต่างสวมชุดคลุมสีขาวกันเป็นจำนวนมากเพื่อ "ความสมหวังอันรุ่งโรจน์" บางประการ

Although that "glorious fulfilment" never arose.
แม้ว่า "ความสำเร็จอันงดงาม" นั้นจะไม่เคยเกิดขึ้นก็ตาม

There seems to be serious unrest from the natives in India.
ดูเหมือนว่าจะมีเหตุการณ์ความไม่สงบอย่างรุนแรงเกิดขึ้นในหมู่ชนพื้นเมืองในอินเดีย

Voodoo orgies multiplied in Haiti.
พิธีกรรมไสยศาสตร์แพร่หลายมากขึ้นในเฮติ

African outposts report ominous mutterings.
รายงานจากฐานปฏิบัติการในแอฟริการะบุถึงเสียงกระชิบกระซาบที่น่าหวาดหวั่น

American officers in the Philippines find certain tribes bothersome.
เจ้าหน้าที่อเมริกันในฟิลิปปินส์พบว่าชนเผ่าบางกลุ่มสร้างความรำคาญใจ

New York policemen are mobbed by hysterical Levantines.
ตำรวจนิวยอร์กถูกกลุ่มชาวเลแวนไทน์ที่คลุ้มคลั่งรุมล้อม

This occurred exactly on the night of March 22-23.
เหตุการณ์นี้เกิดขึ้นในคืนวันที่ 22-23 มีนาคมพอดี

The west of Ireland, too, was full of wild rumor and legendry.
ทางตะวันตกของไอร์แลนด์ก็เต็มไปด้วยข่าวลือและตำนานที่เล่าขานกันมาอย่างมากมายเช่นกัน

A fantastic painter named Ardois-Bonnot made the news in France.
จิตรกรผู้มีชื่อเสียงนามว่า อาร์ดัวส์-บอนโนต์ สร้างชื่อเสียงในฝรั่งเศส

He hung a blasphemous dream landscape in the Paris spring salon.
เขานำภาพทิวทัศน์ในฝันที่ดูหมิ่นศาสนาไปแขวนไว้ในงานแสดงศิลปะฤดูใบไม้ผลิที่ปารีส

The recorded troubles in insane asylums were immeasurable.
ปัญหาต่างๆ ที่เกิดขึ้นในโรงพยาบาลจิตเวชนั้นมีมากมายจนนับไม่ถ้วน

A miracle must have kept the medical fraternities unsuspecting.
ต้องมีปาฏิหาริย์เกิดขึ้นแน่ๆ ที่ทำให้วงการแพทย์ไม่ทันตั้งตัว

But they never noted the strange parallelisms of the cases.
แต่พวกเขากลับไม่เคยสังเกตเห็นความคล้ายคลึงที่แปลกประหลาดของคดีเหล่านี้เลย

Else they too would have come to mystified conclusions.
มิเช่นนั้น พวกเขาก็คงจะสรุปผลด้วยความงุนงงเช่นกัน

I must confess these were indeed a set of weird paper cuttings.
ฉันต้องสารภาพว่าภาพตัดปะเหล่านี้แปลกประหลาดจริงๆ

My uncle had put forward a convincing argument.
ลุงของฉันได้ยกเหตุผลที่น่าเชื่อถือมากล่าว

I can't explain how I set the evidence aside.
ฉันอธิบายไม่ได้ว่าฉันแยกหลักฐานเหล่านั้นออกไปได้อย่างไร

But my callous rationalism took the upper hand.

แต่หลักเหตุผลอันเย็นชาของฉันกลับเป็นฝ่ายชนะ

And I was still suspicious of the young sculptor, Wilcox.

และผมก็ยังคงสงสัยในตัวประติมากรหนุ่ม วิลค็อกซ์ อยู่ดี

He must have known of the older matters mentioned by the professor.

เขาต้องรู้เรื่องราวเก่าๆ ที่ศาสตราจารย์กล่าวถึงมาบ้างแล้ว

The Tale of Inspecter Legrasse
เรื่องราวของสารวัตรเลกรัส

Let me turn your attention away from the young sculptor.
ขออนุญาตเบี่ยงเบนความสนใจของคุณจากประติมากรหนุ่มคน
นั้นนะครับ

And let us focus on the second half of the manuscript.
และขอให้เราหันมาสนใจครึ่งหลังของต้นฉบับกันเถอะ

A few dreams alone would not have been so significant.
ความฝันเพียงไม่กี่อย่างคงไม่มีความสำคัญมากนัก

The bas-relief could have been dismissed as a hoax.
ภาพนูนต่ำนั้นอาจถูกมองว่าเป็นเรื่องหลอกลวงก็ได้

But my uncle had previously been primed to take interest.
แต่ลุงของฉันได้รับการเตรียมพร้อมให้สนใจเรื่องนี้มาก่อนแล้ว

Wilcox's dream seemed to have a link to past events.
ความฝันของวิลค็อกซ์ดูเหมือนจะมีความเชื่อมโยงกับเหตุการ
ณ์ในอดีต

It wasn't the first time that he had heard that word.
นี่ไม่ใช่ครั้งแรกที่เขาได้ยินคำนั้น

The ominous syllables perhaps written as "Cthulhu".
พยางค์ที่ฟังดูน่าหวาดหวั่นเหล่านั้น อาจเขียนได้ว่า "คธูลู"

He had seen and heard of similar descriptions before.
เขาเคยเห็นและได้ยินเรื่องราวที่คล้ายคลึงกันมาก่อน

The hellish outlines of the nameless monstrosity.
โครงร่างอันน่าสยดสยองของสัตว์ประหลาดไร้นาม

He had previously puzzled over the same hieroglyphics.
ก่อนหน้านี้เขาก็เคยสงสัยเกี่ยวกับอักษรภาพเดียวกันนี้มาก่อน
แล้ว

All this produced a horrible connection of events.
เหตุการณ์ทั้งหมดนี้รวมกันแล้วก่อให้เกิดผลลัพธ์ที่เลวร้ายอย่า
งยิ่ง

It is no wonder he pursued young Wilcox with queries.
จึงไม่น่าแปลกใจที่เขาคอยซักถามวิลค็อกซ์หนุ่มอยู่เรื่อยๆ

And we must not be surprised he interrogated Wilcox so.
และเราไม่ควรแปลกใจที่เขาซักถามวิลค็อกซ์เช่นนั้น

This earlier experience had come in the year of 1908.
ประสบการณ์ครั้งก่อนหน้านี้เกิดขึ้นในปี ค.ศ. 1908

Seventeen years before Wilcox came to my great-uncle.
สิบเจ็ดปีก่อนที่วิลค็อกซ์จะมาอยู่กับลุงทวดของฉัน

The archeological society were meeting in St. Louis.
สมาคมโบราณคดีกำลังจัดการประชุมกันที่เมืองเซนต์หลุยส์

Professor Angell had a prominent part in the deliberations.
ศาสตราจารย์แองเจลล์มีบทบาทสำคัญในการพิจารณาหารือครั้งนี้

His responsibilities befitted one of his authority.
หน้าที่ความรับผิดชอบของเขานั้นเหมาะสมกับตำแหน่งอำนาจของเขา

He was one of the first to be approached by several outsiders.
เขาเป็นหนึ่งในคนกลุ่มแรกๆ
ที่ได้รับการติดต่อจากบุคคลภายนอกหลายคน

They took advantage of the convocation to offer questions.
พวกเขาใช้โอกาสในการประชุมครั้งนี้เพื่อตั้งคำถาม

They hoped for correct answering from an expert.
พวกเขาหวังว่าจะได้รับคำตอบที่ถูกต้องจากผู้เชี่ยวชาญ

They each had very peculiar types of problems.
พวกเขาแต่ละคนมีปัญหาที่แปลกประหลาดแตกต่างกันไป

And they required very different types of solutions.
และพวกเขาต้องการวิธีการแก้ปัญหาที่แตกต่างกันอย่างมาก

The chief of these was a common-looking middle-aged man.
หัวหน้าของกลุ่มนี้คือชายวัยกลางคนหน้าตาธรรมดาคนหนึ่ง

And he quickly became the meeting's focus of interest.
และเขากลายเป็นจุดสนใจของการประชุมอย่างรวดเร็ว

***

He had traveled to St. Louis all the way from New Orleans.
เขาเดินทางมาจากนิวออร์ลีนส์มายังเซนต์หลุยส์

He had come to the meeting for special information.
เขามาเข้าร่วมการประชุมเพื่อขอข้อมูลพิเศษบางอย่าง

Knowledge that could not be unobtained from local source.
ความรู้ที่ไม่สามารถหาได้จากแหล่งข้อมูลในท้องถิ่น

His name was John Raymond Legrasse, police inspector.
ชื่อของเขาคือ จอห์น เรย์มอนด์ เลอกราสส์ สารวัตรตำรวจ

He bore with him the mysterious subject of his inquiries.
เขายังคงแบกรับเรื่องลึกลับที่เขากำลังสอบถามอยู่นั้นไว้กับตัว

A grotesque and apparently very ancient stone statuette.
รูปปั้นหินรูปร่างแปลกประหลาดและดูเหมือนจะเก่าแก่มาก

A statuette whose origin no one had been able to determine.
รูปปั้นขนาดเล็กที่ไม่มีใครสามารถระบุที่มาได้

But don't assume Inspector Legrasse was an archeologist.
แต่ไม่ได้หมายความว่าสารวัตรเลอกราสเป็นนักโบราณคดีนะ

He had very little interest in archeology, nor mythology.
เขามีความสนใจในด้านโบราณคดีและเทพนิยายเพียงเล็กน้อย

His wish for enlightenment had rather different
motivations.
ความปรารถนาที่จะบรรลุธรรมของเขานั้นมีแรงจูงใจที่แตกต่าง
ออกไป

He was prompted to come by purely professional
considerations.
เขามาที่นี่ด้วยเหตุผลทางวิชาชีพล้วนๆ

The statuette had been captured as part of a police raid.
รูปปั้นดังกล่าวถูกยึดได้ในระหว่างการบุกค้นของตำรวจ

Although whether it was even a statuette wasn't determined.
แม้ว่าจะยังไม่แน่ชัดว่ามันเป็นรูปปั้นหรือไม่ก็ตาม

It could also have been an idol, magic fetish, or charm.
มันอาจจะเป็นรูปปั้น วัตถุมงคล หรือเครื่องรางของขลังก็ได้

Whatever it was, it had been captured some months previously.
ไม่ว่ามันจะเป็นอะไรก็ตาม มันถูกจับได้เมื่อหลายเดือนก่อนแล้ว

A meeting was being held in the wooded swamps of New Orleans.
มีการจัดประชุมขึ้นในพื้นที่ป่าพรุของเมืองนิวออร์ลีนส์

The police had been tipped of about a supposed voodoo meeting.
ตำรวจได้รับแจ้งเบาะแสเกี่ยวกับพิธีกรรมไสยศาสตร์ที่คาดว่าจะเกิดขึ้น

Strange and hideous rites connected with the voodoo circle.
พิธีกรรมแปลกประหลาดและน่าสยดสยองที่เกี่ยวข้องกับวงเวทมนตร์วูดู

The police could not but realize what they had stumbled on.
ตำรวจไม่อาจมองข้ามสิ่งที่พวกเขาค้นพบได้

A dark cult previously totally unknown to the authorities.
ลัทธิลึกลับที่ไม่เคยมีใครรู้มาก่อนในสายตาของทางการ

Infinitely more sinister than what an outsider could expect.
น่ากลัวกว่าที่คนนอกคาดคิดไว้มาก

More diabolic than the blackest of the African voodoo circles.
ชั่วร้ายยิ่งกว่าวงการไสยศาสตร์วูดูแอฟริกันที่มืดมนที่สุดเสียอีก

Unbelievable tales were extorted from the captured cult members.
เรื่องราวเหลือเชื่อมากมายถูกเค้นคุ้ยจากสมาชิกของลัทธิที่ถูกจับกุม

But nothing of the relic's origin could be discovered.
แต่ไม่สามารถค้นพบที่มาของวัตถุโบราณชิ้นนั้นได้เลย

Hence the anxiety of the police for any antiquarian lore.
ด้วยเหตุนี้ ตำรวจจึงกังวลเกี่ยวกับความรู้โบราณใดๆ ก็ตาม

Ancient mythology might explain the frightful symbol.
ตำนานโบราณอาจเป็นคำอธิบายสำหรับสัญลักษณ์ที่น่าหวาดกลัวนี้ได้

Deeper knowledge could perhaps track the fountain-head.
ความรู้ที่ลึกซึ้งกว่านี้อาจช่วยให้ติดตามต้นกำเนิดของปัญหาได้

Inspector Legrasse was not prepared for the excitement he created.
สารวัตรเลอกราสส์ไม่ได้เตรียมตัวรับมือกับความวุ่นวายที่เขาก่อขึ้น

One sight of the mysterious object was all that was required.
เพียงแค่ได้เห็นวัตถุลึกลับนั้นครั้งเดียว ก็เพียงพอแล้ว

The assembled men of science were filled with curiosity.
บรรดานักวิทยาศาสตร์ที่มารวมตัวกันต่างเต็มไปด้วยความอยากรู้อยากเห็น

They lost no time in crowding closely around the inspector.
พวกเขาไม่รอช้า รีบเข้าไปล้อมรอบเจ้าหน้าที่ตรวจสอบทันที

And they all tried to get the best look at the diminutive figure.
และพวกเขาทุกคนต่างพยายามมองดูร่างเล็กจิ๋วนั้นให้ชัดที่สุด

****

The genuinely abysmal antiquity inspired wild imagination.
ความเลวร้ายอย่างแท้จริงในอดีตได้จุดประกายจินตนาการอันล้ำเลิศ

The strangeness hinted so potently at unopened and archaic vistas.
ความแปลกประหลาดนั้นบ่งบอกถึงทัศนียภาพที่ยังไม่เปิดเผยและล้าสมัยอย่างชัดเจน

No recognized school of sculpture had animated this terrible object.

ไม่มีสำนักประติมากรรมใดที่เป็นที่ยอมรับได้สร้างสรรค์ประติม
ากรรมชิ้นที่น่ากลัวนี้ขึ้นมา

Yet centuries seemed recorded in the dim and greenish
surface.
แต่ดูเหมือนว่ากาลเวลาหลายศตวรรษจะถูกบันทึกไว้ในพื้นผิวที่
มืดสลัวและมีสีเขียว

Perhaps thousands of years were hidden in this unplaceable
stone.
บางทีอาจมีกาลเวลาหลายพันปีซ่อนอยู่ในหินที่หาที่มาไม่ได้ก้อ
นนี้

The figurine was finally passed slowly from man to man.
ในที่สุดรูปปั้นนั้นก็ถูกส่งต่อจากคนสู่คนอย่างช้าๆ

Each scientist carefully studied the strange markings of the
stone.
นักวิทยาศาสตร์แต่ละคนศึกษาเครื่องหมายแปลกประหลาดบน
หินอย่างละเอียดถี่ถ้วน

The work was between seven and eight inches in height.
ผลงานชิ้นนั้นมีความสูงประมาณเจ็ดถึงแปดนิ้ว

And the exquisite artistic workmanship must be noted.
และต้องกล่าวถึงฝีมือการสร้างสรรค์งานศิลปะที่ประณีตงดงาม
ด้วย

The carvings represented a monster of vaguely anthropoid
outline.
รูปแกะสลักเหล่านั้นแสดงให้เห็นสัตว์ประหลาดที่มีรูปร่างคล้าย
มนุษย์อย่างคลุมเครือ

On the face of the octopus-esque head was a mass of feelers.
บนส่วนหัวที่มีลักษณะคล้ายปลาหมึกนั้นเต็มไปด้วยหนวดจำนว
นมาก

Prodigious claws on hind and fore feet protruded from the
body.
กรงเล็บขนาดใหญ่ที่เท้าหน้าและเท้าหลังยื่นออกมาจากลำตัว

The bloated corpulence had a rubbery looking quality to it.

ไขมันที่บวมเป่งนั้นมีลักษณะคล้ายยาง

And from behind the rubbery body came out two narrow wings.

และจากด้านหลังของลำตัวที่ยืดหยุ่นได้นั้น ก็มีปีกแคบๆ สองข้างงอกออกมา

It would be instinctual to think of this thing as fearsome.

โดยสัญชาตญาณแล้ว เราคงคิดว่าสิ่งนี้เป็นสิ่งที่น่ากลัว

There was an unnatural malignancy to the aura of the creature.

ออร่าของสิ่งมีชีวิตนั้นมีความชั่วร้ายผิดธรรมชาติแฝงอยู่

The gargantuan squatted evilly on a rectangular block.

ยักษ์ตัวมหิมานั่งยองๆ อย่างชั่วร้ายอยู่บนแท่งสี่เหลี่ยมผืนผ้า

The pedestal it was on was covered with undecipherable characters.

แท่นที่วางรูปปั้นนั้นเต็มไปด้วยตัวอักษรที่อ่านไม่ออก

The tips of the wings touched the back edge of the block.

ปลายปีกทั้งสองข้างแตะกับขอบด้านหลังของบล็อก

The creature was sitting on the middle of the giant block.

สิ่งมีชีวิตนั้นนั่งอยู่ตรงกลางของก้อนหินขนาดยักษ์

Its legs were doubled up under its monstrous body.

ขาของมันพับทบอยู่ใต้ลำตัวอันใหญ่โตมโหฬารของมัน

The long, curved claws gripped the front edge of the cliff.

กรงเล็บยาวโค้งงอเกาะติดกับขอบด้านหน้าของหน้าผาอย่างแน่นหนา

The cephalopod head was bent forward, observing its kingdom.

หัวของสัตว์จำพวกเซฟาโลพอดโน้มไปข้างหน้าเพื่อสำรวจอาณาจักรของมัน

The ends of the facial feelers brushed the backs of huge forepaws.

ปลายหนวดบนใบหน้าสัมผัสกับหลังของอุ้งเท้าหน้าขนาดใหญ่

And the forepaws clasped the croucher's elevated knees.

และอุ้งเท้าหน้าก็โอบรอบเข่าที่ยกขึ้นของสัตว์ที่กำลังหมอบอยู่

The appearance of the grotesque scene was abnormally lifelike.

ภาพเหตุการณ์อันน่าสยดสยองนั้นกลับดูสมจริงอย่างผิดปกติ

But this lifelike quality only added a subtle reason to be more fearful.

แต่ความสมจริงนี้กลับยิ่งเพิ่มเหตุผลให้รู้สึกหวาดกลัวมากขึ้นไปอีก

Because we knew nothing about the source of the depiction.

เนื่องจากเราไม่ทราบที่มาของภาพนั้นเลย

The creature's vast, awesome, and incalculable age was unmistakable.

อายุอันมหาศาล น่าเกรงขาม

และไม่อาจประเมินค่าได้ของสิ่งมีชีวิตนั้นเป็นสิ่งที่ไม่อาจปฏิเสธได้

But not one link did the depiction show with any known type of art.

แต่ภาพดังกล่าวไม่ได้แสดงให้เห็นถึงความเชื่อมโยงใดๆ กับศิลปะประเภทใดๆ ที่เป็นที่รู้จักเลย

Not even the earliest civilizations made reference to this creature.

แม้แต่ในอารยธรรมยุคแรกสุดก็ยังไม่เคยกล่าวถึงสิ่งมีชีวิตชนิดนี้เลย

But that is not the only point at which our knowledge failed us.

แต่นั่นไม่ใช่เพียงจุดเดียวที่ความรู้ของเราล้มเหลว

***

The mineralogy of the stone was also a complete mystery.

องค์ประกอบทางแร่ของหินก้อนนั้นก็ยังเป็นปริศนาอย่างสมบูรณ์เช่นกัน

Gold specks dotted the soapy, greenish-black stone.
มีประกายสีทองประปรายอยู่บนหินสีเขียวอมดำคล้ายสบู่

Iridescent striations ran along the length of the stone.
ริ้วสีรุ้งทอดยาวไปตามความยาวของหิน

In short, the stone resembled nothing within mineralogy.
กล่าวโดยสรุป
หินก้อนนั้นไม่มีลักษณะใดที่เหมือนกับแร่ธาตุอื่นเลยในทางวิทย
าการแร่ธาตุ

Geologists hadn't been able to identify the stone either.
นักธรณีวิทยาเองก็ไม่สามารถระบุชนิดของหินก้อนนั้นได้เช่นกั
น

The hieroglyphs along the stone were equally baffling.
อักษรภาพบนหินนั้นก็ชวนงงงวยไม่แพ้กัน

The writing system was horribly different than other scripts.
ระบบการเขียนนั้นแตกต่างจากระบบการเขียนอื่นๆ อย่างมาก

A representation of half the world's leading experts was
present.
มีตัวแทนจากผู้เชี่ยวชาญชั้นนำของโลกครึ่งหนึ่งเข้าร่วมงาน

But no link to any known writing system could be
established.
แต่ไม่สามารถเชื่อมโยงกับระบบการเขียนใดๆ ที่รู้จักได้

Everything frightfully suggested an old and unhallowed
cycle of life.
ทุกสิ่งทุกอย่างล้วนบ่งบอกถึงวัฏจักรชีวิตเก่าแก่ที่ไม่บริสุทธิ์อย่า
งน่าหวาดกลัว

A history in which our world and our conceptions played no
part.
ประวัติศาสตร์ที่โลกและความคิดของเราไม่ได้มีส่วนเกี่ยวข้องเล
ย

The experts shook their heads, admitting they had been
defeated.
เหล่าผู้เชี่ยวชาญส่ายหัว ยอมรับว่าพวกเขาพ่ายแพ้แล้ว

But one expert did not give up quite so quickly.
แต่ผู้เชี่ยวชาญคนหนึ่งไม่ยอมแพ้ง่ายๆ

He claimed to have a touch of bizarre familiarity with the subject.
เขากล่าวอ้างว่าตนเองมีความรู้ความเข้าใจในเรื่องนี้อย่างแปลกประหลาดอยู่บ้าง

The monstrous shape and writing weren't entirely new to him.
รูปทรงและตัวอักษรที่น่าสะพรึงกลัวนั้นไม่ใช่เรื่องใหม่สำหรับเขาเสียทีเดียว

With some diffidence he told of the odd trifle he knew.
เขาเล่าเรื่องเล็กๆ น้อยๆ ที่เขารู้ด้วยความเขินอายเล็กน้อย

This person was the late William Channing Webb.
บุคคลผู้นี้คือ วิลเลียม แชนนิง เวบบ์ ผู้ล่วงลับไปแล้ว

He was professor of anthropology in Princeton University.
เขาเป็นศาสตราจารย์ด้านมานุษยวิทยาประจำมหาวิทยาลัยพรินซ์ตัน

And he was an explorer of no small significance.
และเขาเป็นนักสำรวจที่มีความสำคัญไม่น้อยเลยทีเดียว

***

Forty-eight years ago he was exploring Greenland and Iceland.
เมื่อ 48 ปีก่อน เขาได้ออกสำรวจกรีนแลนด์และไอซ์แลนด์

His group were in search of some Runic inscriptions.
กลุ่มของเขาออกค้นหาจารึกอักษรรูนบางอย่าง

But the expedition failed to unearth any inscriptions.
แต่คณะสำรวจไม่สามารถขุดพบจารึกใดๆ ได้

They trekked the heights of West Greenland's coasts.
พวกเขาเดินทางขึ้นไปตามเนินเขาสูงของชายฝั่งทางตะวันตกของกรีนแลนด์

Here they encountered a strange cult of degenerate Eskimos.
ณ ที่แห่งนี้
พวกเขาได้พบกับลัทธิประหลาดของชาวเอสกิโมที่เสื่อมทราม

Their religion consisted of a form of devil-worship.
ศาสนาของพวกเขานั้นประกอบด้วยรูปแบบหนึ่งของการบูชาปี
ศาจ

And their rituals were deliberately bloodthirsty and repulsive.
และพิธีกรรมของพวกเขานั้นจงใจโหดร้ายและน่าสะอิดสะเอียน
ด้วยการนองเลือด

It was a faith of which other Eskimos knew little.
นี่เป็นความเชื่อที่ชาวเอสกิโมคนอื่นๆ รู้จักน้อยมาก

Locals shuddered at the mention of their practices.
ชาวบ้านต่างตัวสั่นเมื่อได้ยินเรื่องประเพณีเหล่านั้น

They said their believes came from horribly ancient eons.
พวกเขาบอกว่าความเชื่อของพวกเขาสืบทอดมาจากยุคโบราณ
อันน่าสะพรึงกลัว

A time before the world as we know it now had ever been made.
เป็นช่วงเวลาก่อนที่โลกอย่างที่เรารู้จักในปัจจุบันจะถือกำเนิดขึ้
น

There were human sacrifices and queer hereditary rituals.
มีการบูชายัญมนุษย์และพิธีกรรมสืบทอดทางกรรมพันธุ์ที่แปล
กประหลาด

And all their worship was directed at a supreme tornasuk.
และการบูชาทั้งหมดของพวกเขามุ่งตรงไปยังทอร์นาสุกสูงสุด

Professor Webb had taken a phonetic copy from an aged angekok.
ศาสตราจารย์เวบบ์ได้คัดลอกการออกเสียงจากหนังสือเสียงโบ
ราณเล่มหนึ่ง

He had transcribed the wizard-priest's chants as best he could.

เขาได้ถอดความบทสวดของพ่อมดนักบวชอย่างสุดความสามารถแล้ว

But currently these transcriptions weren't of prime significance.
แต่ในขณะนี้ การถอดเสียงเหล่านี้ยังไม่มีความสำคัญมากนัก

The cult had a cherished stone that they worshipped.
กลุ่มลัทธินั้นมีหินศักดิ์สิทธิ์ที่พวกเขาบูชาอยู่

They danced wildly when the aurora leaped over the ice cliffs.
พวกเขาเต้นรำอย่างบ้าคลั่งเมื่อแสงเหนือพาดผ่านหน้าผาน้ำแข็ง

And in the midst of their dance was the strange stone.
และท่ามกลางการเต้นรำของพวกเขา
ก็มีหินประหลาดก้อนหนึ่งปรากฏขึ้น

It was, the professor stated, a very crude bas-relief of stone.
ศาสตราจารย์กล่าวว่า
มันเป็นภาพนูนต่ำที่ทำจากหินอย่างหยาบๆ

The stone comprised a hideous picture and some cryptic writing.
บนก้อนหินนั้นมีภาพที่น่าสยดสยองและอักษรปริศนาบางอย่างสลักอยู่

And as far as he could tell this stone was a rough parallel.
เท่าที่เขาสังเกตได้ หินก้อนนี้ก็ดูจะคล้ายคลึงกันอย่างคร่าวๆ

The stone had all the same essential features of bestial things.
ก้อนหินนั้นมีลักษณะสำคัญทุกอย่างเหมือนกับสิ่งมีชีวิตที่เป็นสัตว์ร้าย

The scientists received this data with suspense and astonishment.
นักวิทยาศาสตร์ได้รับข้อมูลนี้ด้วยความตื่นเต้นและประหลาดใจ

Even Inspector Legrasse had quickly gained an interest in mythology.

แม้แต่สารวัตรเลอกราสก็เริ่มสนใจในเทพปกรณัมอย่างรวดเร็ว

And he began at once to ply his informant with questions.

และเขาก็เริ่มซักถามผู้ให้ข้อมูลของเขาในทันที

He had notes of the oral ritual of the cult-worshipers in the swamp.

เขามีบันทึกเกี่ยวกับพิธีกรรมปากเปล่าของผู้บูชาลัทธิในหนองน้ำ

He besought the professor to remember the diabolist Eskimos' chants.

เขาวิงวอนศาสตราจารย์ให้ระลึกถึงบทสวดของชาวเอสกิโมผู้บูชาปีศาจ

There then followed an exhaustive comparison of details.

จากนั้นจึงมีการเปรียบเทียบรายละเอียดอย่างถี่ถ้วน

And there then followed a moment of really awed silence.

จากนั้นก็เกิดความเงียบสงัดชั่วขณะหนึ่งด้วยความรู้สึกที่งอย่างแท้จริง

The Eskimo wizards and the Louisiana swamp-priests were worlds apart.

พ่อมดชาวเอสกิโมและนักบวชในหนองน้ำของรัฐหลุยเซียนาแตกต่างกันราวกับอยู่คนละโลก

And yet there was a phrase the two hellish rituals had in common.

แต่กระนั้นก็ยังมีวลีหนึ่งที่พิธีกรรมอันน่าสะพรึงกลัวทั้งสองมีเหมือนกัน

"Ph'nglui mglw'nafh Cthulhu R'lyeh wgah'nagl fhtagn."

"พงกุ้ย มะกลวนาฟ คธูลู รลิเยะ กะห์นากล ฟทาญ"

***

Legrasse had one advantage over Professor Webb.

เลอกราสส์มีข้อได้เปรียบเหนือศาสตราจารย์เวบบ์อยู่หนึ่งอย่าง

He had spoken to several of his mongrel prisoners.

เขาได้พูดคุยกับเชลยศึกลูกผสมหลายคนของเขา

Some of them had passed on the phrase's meaning.
บางคนได้ถ่ายทอดความหมายของวลีนั้นต่อมา

"In his house at R'lyeh dead Cthulhu waits dreaming."
"คธูลูผู้ตายแล้วเฝ้ารอและฝันอยู่ในบ้านของเขาที่เมืองรไลเยห์"

So the attention turned back to Inspector Legrasse.
ดังนั้น ความสนใจจึงหันกลับมาที่สารวัตรเลอกราสส์อีกครั้ง

And he was probed with many disconnected questions.
และเขาถูกซักถามด้วยคำถามมากมายที่ไม่เกี่ยวข้องกัน

He detailed his experience with the worshipers from the
swamp.
เขาเล่ารายละเอียดประสบการณ์ของเขากับผู้ที่มาสักการะจาก
บริเวณหนองน้ำ

My uncle attached profound significance to the story.
ลุงของฉันให้ความสำคัญกับเรื่องนี้เป็นอย่างมาก

The report savored of the wildest dreams of myth-makers.
รายงานดังกล่าวเต็มไปด้วยจินตนาการสุดพิสดารของเหล่าผู้ส
ร้างตำนาน

Theosophists could not have provided more imagination.
แม้แต่พวกเทววิทยาเองก็ไม่อาจจินตนาการได้มากไปกว่านี้แล้
ว

But the philosophies came from unexpected sources.
แต่ปรัชญาเหล่านั้นกลับมาจากแหล่งที่ไม่คาดคิด

Half-castes and pariahs told these fantastical stories.
เรื่องราวเหนือจินตนาการเหล่านี้ถูกเล่าโดยคนต่างวรรณะและ
คนนอกสังคม

On November 1st, 1907, his chain of events unfolded.
เหตุการณ์ต่างๆ ของเขาได้เริ่มต้นขึ้นในวันที่ 1 พฤศจิกายน
ค.ศ. 1907

The New Orleans police received desperate calls.

ตำรวจนิวออร์ลีนส์ได้รับโทรศัพท์ขอความช่วยเหลืออย่างเร่งด่วน

They were called to the swamp and lagoon country to the south.
พวกเขาถูกเรียกตัวไปยังดินแดนหนองน้ำและทะเลสาบทางตอนใต้

The settlers there were mostly primitive, but good-natured.
ผู้ตั้งถิ่นฐานที่นั่นส่วนใหญ่เป็นคนดั้งเดิม แต่มีอัธยาศัยดี

Most living by the swamp were descendants of Lafitte's men.
คนส่วนใหญ่ที่อาศัยอยู่ริมหนองน้ำเป็นลูกหลานของคนของลาฟิตต์

But now they were in the grip of stark terror.
แต่ตอนนี้พวกเขากลับตกอยู่ในความหวาดกลัวอย่างสุดขีด

An unknown thing had stolen upon them in the night.
มีบางสิ่งที่ไม่รู้จักแอบเข้ามาหาพวกเขาในเวลากลางคืน

It was voodoo, apparently, that caused the disturbance.
ดูเหมือนว่าพิธีกรรมไสยศาสตร์เป็นสาเหตุของความวุ่นวายนี้

But it was a voodoo unlike the other forms of voodoo.
แต่มันเป็นไสยศาสตร์ที่ไม่เหมือนกับไสยศาสตร์รูปแบบอื่นๆ

Voodoo of a more terrible sort than they had ever known.
ไสยศาสตร์รูปแบบที่น่าสะพรึงกลัวยิ่งกว่าที่พวกเขาเคยรู้จักมาก่อน

Some of their women and children had disappeared.
ผู้หญิงและเด็กบางส่วนของพวกเขาหายตัวไป

A malevolent drumming had begun its incessant beating.
เสียงกลองที่น่าสะพรึงกลัวได้เริ่มดังกระหึ่มอย่างไม่หยุดยั้งแล้ว

Far and deep within those dark, black haunted woods.
ลึกเข้าไปในป่าลึกลับมืดมิดที่น่าสะพรึงกลัวนั้น

There, where no dweller dared to ventured close to.
ณ ที่แห่งนั้น ซึ่งไม่มีผู้คนใดกล้าเข้าไปใกล้

There were insane shouts and harrowing screams.

มีเสียงตะโกนอย่างบ้าคลั่งและเสียงกรีดร้องที่น่าหวาดเสียว
Soul-chilling chants and dancing devil-flames.
เสียงสวดมนต์สุดสยองและเปลวไฟปีศาจที่เต้นระบำ
The messenger and his people could stand it no more.
ผู้ส่งสารและผู้คนของเขาไม่อาจทนได้อีกต่อไปแล้ว

A body of twenty police set out in the late afternoon.
ตำรวจจำนวน 20 นายออกปฏิบัติการในช่วงบ่ายแก่ๆ

And a shivering settler came with them as a guide.
และมีชาวบ้านคนหนึ่งที่ตัวสั่นเทาเดินมากับพวกเขาเพื่อเป็นผู้
นำทาง

***

At the end of the passable road they alighted.
เมื่อพวกเขามาถึงสุดทางที่รถสามารถสัญจรได้
พวกเขาก็ลงจากรถ

For miles and miles they splashed on in silence.
พวกมันกระเซ็นน้ำไปไกลหลายไมล์อย่างเงียบงัน

And they went on through the terrible cypress woods.
แล้วพวกเขาก็เดินต่อไปผ่านป่าสนไซเปรสที่น่าเกรงขาม

Dark, dark woods in which day but almost never came.
ป่าทึบที่มืดมิดซึ่งวันเวลาแทบไม่เคยมาถึง

Ugly roots set traps for them in the wet ground.
รากที่น่าเกลียดเหล่านั้นสร้างกับดักให้กับพวกมันในดินที่ชื้นแฉ
ะ

Malignant hanging nooses of Spanish moss beset them.
พวกมันถูกพันธนาการด้วยมอสสเปนที่ดูเหมือนบ่วงอันชั่วร้าย

In the distance the settlement slowly came into sight.
จากระยะไกล หมู่บ้านก็ค่อยๆ ปรากฏให้เห็น

Hysterical dwellers ran out of the miserable huts.
ผู้คนที่หวาดกลัววิ่งหนีออกจากกระท่อมโทรมๆ เหล่านั้น

They clustered around the group of bobbing lanterns.
พวกเขารวมตัวกันอยู่รอบๆ กลุ่มโคมไฟที่ลอยอยู่บนน้ำ

Far, far ahead the cause of all the fear could be heard.
ไกลออกไปมาก ได้ยินเสียงต้นเหตุแห่งความหวาดกลัวทั้งหมด

The muffled beat of drums was now faintly audible.
เสียงกลองที่ดังแผ่วเบาเริ่มได้ยินชัดเจนขึ้นแล้ว

At times the wind shifted and revealed different sounds.
บางครั้งลมก็เปลี่ยนทิศทางและเผยให้เห็นเสียงที่แตกต่างออกไป

Curdling shrieks were audible at infrequent intervals.
ได้ยินเสียงกรีดร้องที่น่าขนลุกเป็นระยะๆ

A reddish glare seemed to filter through the undergrowth.
แสงสีแดงเรืองรองราวกับลอดผ่านพุ่มไม้เข้ามา

The settlers were reluctant to be left alone again.
ผู้ตั้งถิ่นฐานเหล่านั้นไม่เต็มใจที่จะถูกทิ้งให้อยู่ตามลำพังอีกครั้ง

But they point blank refused to move forwards either.
แต่พวกเขาก็ปฏิเสธที่จะเดินหน้าต่อไปอย่างเด็ดขาดเช่นกัน

So the inspector and his colleagues plunged on unguided.
ดังนั้น
สารวัตรและเพื่อนร่วมงานจึงดำเนินการต่อไปโดยปราศจากคำแนะนำ

And they went into the black arcades of horror.
แล้วพวกเขาก็เข้าไปในซุ้มประตูมืดแห่งความสยองขวัญ

The region was one of traditionally evil repute.
ภูมิภาคนี้ขึ้นชื่อเรื่องความชั่วร้ายมาแต่ดั้งเดิม

The lands were substantially unknown by white men.
ดินแดนเหล่านั้นแทบจะไม่เป็นที่รู้จักของคนผิวขาวเลย

Not many explorers had traversed those regions yet.
ในเวลานั้น
ยังมีนักสำรวจไม่มากนักที่เคยเดินทางผ่านภูมิภาคเหล่านั้น

There were also legends of a hidden away lake.

นอกจากนี้ยังมีตำนานเกี่ยวกับทะเลสาบที่ซ่อนเร้นอยู่ด้วย

A body of water still unglimpsed by mortal sight.
ผืนน้ำที่ยังไม่เคยมีใครได้เห็นมาก่อน

In the lake it was said there dwelt a strange creature.
มีเรื่องเล่าว่าในทะเลสาบแห่งนั้นมีสิ่งมีชีวิตประหลาดอาศัยอยู่

A huge, formless white polypous thing with luminous eye.
สิ่งมีชีวิตสีขาวขนาดใหญ่ รูปร่างไม่แน่นอน คล้ายโพลิป
มีดวงตาเรืองแสง

And settlers whispered about bat-winged devils.
และผู้ตั้งถิ่นฐานต่างกระซิบกระซาบถึงปีศาจมีปีกค้างคาว

They flew up out of caverns from the inner earth.
พวกมันบินขึ้นมาจากถ้ำใต้ดิน

And together the demons worship it at midnight.
และเหล่าปีศาจจะร่วมกันบูชาสิ่งนั้นในเวลาเที่ยงคืน

They said it had been there before D'Iberville.
พวกเขาบอกว่ามันมีอยู่ตรงนั้นมาก่อนที่เมืองดีเบอร์วิลล์จะมาถึง

They said it had been there before La Salle too.
พวกเขาบอกว่ามันมีอยู่ตรงนั้นมาก่อนที่ลาซาลจะเข้าเรียนด้วยซ้ำ

They said it was there before the Native Americans.
พวกเขาบอกว่ามันมีอยู่ตรงนั้นก่อนที่ชาวพื้นเมืองอเมริกันจะมาถึง

Perhaps it was even there before the wholesome beasts.
บางทีมันอาจมีอยู่มาก่อนที่สัตว์ที่แข็งแรงเหล่านั้นจะถือกำเนิดขึ้นด้วยซ้ำ

It was a nightmare itself that made men dream.
มันคือฝันร้ายที่ทำให้มนุษย์ฝันถึง

And to see the thing was the same as death.
และการได้เห็นสิ่งนั้นก็ไม่ต่างอะไรกับความตาย

And so they had enough warning to know to keep away.

ดังนั้นพวกเขาจึงมีเวลาเตือนมากพอที่จะรู้ว่าควรอยู่ห่างๆ

Because it was indeed where they were warned it was.
เพราะมันเป็นสถานที่ที่พวกเขาได้รับคำเตือนไว้จริงๆ

The voodoo orgy was on the fringe of this abhorred area.
พิธีกรรมไสยศาสตร์สุดพิสดารนั้นจัดขึ้นบริเวณชายขอบของพื้นที่อันน่ารังเกียจแห่งนี้

But the location was already bad enough by itself.
แต่ทำเลที่ตั้งก็แย่พออยู่แล้ว

The voodoo activities only added to the horror.
พิธีกรรมไสยศาสตร์ยิ่งเพิ่มความน่าสะพรึงกลัวเข้าไปอีก

Perhaps poetry could do justice to the noises heard.
บางทีบทกวีอาจจะสามารถถ่ายทอดเสียงที่ได้ยินได้อย่างเหมาะสม

Otherwise only madness would help one understand.
มิเช่นนั้นคงมีแต่ความบ้าคลั่งเท่านั้นที่จะช่วยให้เข้าใจได้

But Legrasse's plowed on through the black morass.
แต่เลอกราสส์ก็ยังคงฝ่าฟันอุปสรรคอันมืดมิดต่อไป

The sound of the muffled drumming slowly crystalized.
เสียงกลองที่แผ่วเบาค่อยๆ ชัดเจนขึ้นเรื่อยๆ

And they continued steadily towards the red glare.
และพวกเขายังคงเดินหน้าต่อไปยังแสงสีแดงที่เจิดจ้าอย่างไม่ย่อท้อ

****

There are vocal qualities specific to men.
เสียงของผู้ชายมีลักษณะเฉพาะบางอย่าง

And there are vocal qualities specific to beasts.
และสัตว์ร้ายก็มีลักษณะเสียงเฉพาะตัวเช่นกัน

It is terrible when one makes the sounds of the other.
มันแย่มากเมื่อเสียงหนึ่งไปเลียนแบบเสียงของอีกเสียงหนึ่ง

Animal fury freed them of their human restraint.
ความโกรธเกรี้ยวของสัตว์ป่าปลดปล่อยพวกมันจากพันธนาการของมนุษย์

Orgiastic license whipped them into demoniac heights.
ความไร้ระเบียบทางเพศได้ผลักดันพวกเขาไปสู่ความชั่วร้ายอย่างสุดขีด

Howls that tore through those perpetually dark woods.
เสียงหอนที่ดังสนั่นไปทั่วป่ามืดมิดนั้น

Squawking ecstasies that echoed in everyone's mind.
เสียงร้องโหยหวนที่ดังก้องอยู่ในใจของทุกคน

Sounds like pestilential tempests from the gulfs of hell.
ฟังดูเหมือนพายุร้ายแรงจากนรกขุมลึกเลยทีเดียว

Now and then the less organized ululations would cease.
บางครั้งเสียงร้องโหยหวนที่ไม่เป็นระเบียบเหล่านั้นก็จะหยุดลง

A well-drilled chorus of hoarse voices rose in singsong.
เสียงประสานที่ฝึกฝนมาอย่างดีและแหบพร่าดังขึ้นเป็นจังหวะคล้ายเพลงกล่อมเด็ก

And they chanted that hideous phrase of their ritual.
และพวกเขาก็ท่องบทสวดอันน่าสยดสยองนั้นในพิธีกรรมของพวกเขา

"Ph'nglui mglw'nafh Cthulhu R'lyeh wgah'nagl fhtagn"
"พงกุย มกลวนาฟ คธูลู รลิเยะ กาห์นากล์ ฟทาญ"

Then the men reached a spot where the trees were sparser.
จากนั้นพวกเขาก็มาถึงบริเวณที่ต้นไม้เบาบางลง

Suddenly they come in sight of the spectacle itself.
ทันใดนั้นพวกเขาก็ปรากฏแก่งให้เห็นเหตุการณ์นั้นอย่างชัดเจน

Four of them reeled from the horrible things they saw.
สี่คนในนั้นต่างตกตะลึงกับสิ่งที่ได้เห็น

One man fainted, and two were shaken into a frantic cry.
ชายคนหนึ่งเป็นลมหมดสติ

และอีกสองคนถูกเขย่าจนร้องเสียงดังลั่น

Fortunately their screams were not heard by other ears.
โชคดีที่ไม่มีใครได้ยินเสียงกรีดร้องของพวกเขา

The mad cacophony of the orgy deadened their screams.
เสียงอึกทึกครึกโครมของการร่วมเพศหมู่กลบเสียงกรีดร้องของ
พวกเขาไปหมดสิ้น

Legrasse splashed swamp water on the fainting man.
เลอกราสสาดน้ำจากบึงใส่ชายที่กำลังเป็นลม

They stood up again, but nearly hypnotized with horror.
พวกเขาลุกขึ้นยืนอีกครั้ง
แต่ราวกับถูกสะกดจิตด้วยความหวาดกลัว

In a natural glade of the swamp stood a grassy island.
ในพื้นที่โล่งตามธรรมชาติของหนองน้ำ
มีเกาะที่ปกคลุมด้วยหญ้าตั้งอยู่

The grassy island extended perhaps for an acre.
เกาะที่ปกคลุมด้วยหญ้านั้นทอดยาวไปประมาณหนึ่งเอเคอร์

And the area was clear of trees and tolerably dry.
บริเวณนั้นโล่งไม่มีต้นไม้และค่อนข้างแห้ง

A horde of human abnormality leaped and twisted.
ฝูงมนุษย์ที่มีความผิดปกติทางร่างกายจำนวนมากกระโดดโลดเ
ต้นและบิดตัวไปมา

No Sime could paint what the men were seeing.
ไม่มีใครสามารถวาดภาพสิ่งที่ผู้ชายเหล่านั้นเห็นได้เลย

No Angarola has ever painted such an indescribable scene.
ไม่มีศิลปินคนไหนในตระกูลอังการอล่าเคยวาดภาพที่ยากจะบร
รยายเช่นนี้มาก่อน

The hybrid spawn made a monstrous ring-shaped bonfire.
สิ่งมีชีวิตลูกผสมได้ก่อกองไฟขนาดมหึมาเป็นรูปวงแหวน

They brayed bellowed and writhed about in their nudity.
พวกมันร้องเสียงแหลม ร้องคำราม
และดิ้นไปมาในสภาพเปลือยเปล่า

Occasionally there were rifts in the curtain of flame.

บางครั้งก็มีรอยแยกเกิดขึ้นในม่านเปลวไฟ

And there the object of their worship revealed itself.
และที่นั่น สิ่งที่พวกเขานับถือบูชาได้ปรากฏตัวให้เห็น

In the midst of the fire stood a great granite monolith.
ท่ามกลางเปลวไฟนั้น

มีแท่งหินแกรนิตขนาดมหิมาตั้งตระหง่านอยู่

The stone structure was only about eight feet in height.
โครงสร้างหินนั้นสูงเพียงประมาณแปดฟุตเท่านั้น

And the noxious carven statuette rested on the monolith.
และรูปปั้นแกะสลักอันเป็นพิษนั้นวางอยู่บนแท่งหินขนาดใหญ่

The idle was almost incongruous in its diminutiveness.
ความเฉื่อยชานั้นดูไม่เข้ากันอย่างยิ่งเพราะความเล็กน้อยของมัน

Spaced evenly, scaffolds had been erected around the fire.
มีการตั้งนั่งร้านเว้นระยะห่างอย่างสม่ำเสมอรอบๆ

บริเวณที่เกิดเพลิงไหม้

From the scaffolding hung a number of marred bodies.
มีศพจำนวนหนึ่งที่สภาพเสียหายห้อยลงมาจากนั่งร้าน

The bodies of those that had disappeared from nearby.
ศพของผู้ที่หายตัวไปจากบริเวณใกล้เคียง

It was inside this circle the ring of worshipers were.
กลุ่มผู้บูชาศาสนาต่างยืนรวมกันอยู่ภายในวงกลมนี้

And they roared and jumped in the frantic trance.
แล้วพวกเขาก็คำรามและกระโดดโลดเต้นอย่างบ้าคลั่ง

The general direction of the motion was anti-clockwise.
ทิศทางการเคลื่อนที่โดยทั่วไปเป็นทิศทวนเข็มนาฬิกา

The ring of bodies circling around the ring of fire.
กลุ่มคนวนเวียนอยู่รอบวงแหวนแห่งไฟ

One man recollected other details even more concerning.
ชายคนหนึ่งนึกถึงรายละเอียดอื่นๆ ที่น่ากังวลยิ่งกว่านั้น

But perhaps the echoes induced him to hear other things.

แต่บางทีเสียงสะท้อนอาจทำให้เขาได้ยินสิ่งอื่น ๆ

He fancied he heard antiphonal responses to the ritual.
เขานึกภาพว่าได้ยินเสียงตอบรับแบบสลับกันไปมาในพิธีกรรมนั้
น

Noises from an unillumined spot deeper within the woods.
เสียงต่างๆ ดังมาจากจุดมืดที่อยู่ลึกเข้าไปในป่า

This man, Joseph D. Galvez, I later met and questioned.
ต่อมาผมได้พบและสอบถามชายผู้นี้ โจเซฟ ดี. กัลเวช

And he proved to indeed be distractingly imaginative.
และเขาก็พิสูจน์ให้เห็นแล้วว่าเขามีจินตนาการที่น่าทึ่งอย่างแท้
จริง

He even hinted at the faint beating of great wings.
เขายังเปรยๆ
ถึงเสียงกระพือปีกแผ่วเบาของปีกขนาดใหญ่ด้วยซ้ำ

And he suggested there was a glimpse of shining eyes.
และเขากล่าวว่ามีแววตาที่เปล่งประกายแวบหนึ่ง

And beyond the trees, a mountainous white bulk of
something.
และเลยแนวต้นไม้ไปนั้น
มีมวลสีขาวขนาดใหญ่คล้ายภูเขาปรากฏอยู่

I suppose he had heard too much native superstition.
ฉันคิดว่าเขาคงได้ยินความเชื่อโชลางของชนพื้นเมืองมากเกินไ
ป

But actually the horrified pause was relatively brief.
แต่ที่จริงแล้ว
ช่วงเวลาที่ทุกคนหยุดนิ่งด้วยความตกใจนั้นค่อนข้างสั้น

Duty came first, and they had come to do a job.
หน้าที่ต้องมาก่อน และพวกเขามาเพื่อทำงาน

***

There must have been nearly a hundred mongrel celebrants.
น่าจะมีสุนัขพันธุ์ผสมมาร่วมฉลองเกือบหนึ่งร้อยตัว

But the police were able to rely on their firearms.
แต่ตำรวจสามารถใช้ปืนเป็นอาวุธได้

And they plunged determinedly into the nauseous rout.
และพวกเขาก็พุ่งเข้าสู่เส้นทางอันน่าคลื่นไส้อย่างแน่วแน่

For five minutes the chaotic din was beyond description.
เสียงดังอึกทึกโกลาหลนั้นนานห้านาทีจนยากจะบรรยาย

Wild blows were struck and shots were fired.
มีการชกต่อยและยิงปืนอย่างรุนแรง

Some escaped arrest by running into the darkness.
บางคนหลบหนีการจับกุมโดยการวิ่งเข้าไปในความมืด

They had a better knowledge of the layout of the swamp.
พวกเขามีความรู้เกี่ยวกับภูมิประเทศของหนองน้ำดีกว่า

But Legrasse and his men caught around half of them.
แต่เลอกราสและลูกน้องจับพวกมันได้ประมาณครึ่งหนึ่ง

And they counted around forty-seven sullen prisoners.
และพวกเขานับได้ว่ามีนักโทษหน้าบึ้งประมาณสี่สิบเจ็ดคน

They were forced to put on their clothes again.
พวกเขาถูกบังคับให้สวมเสื้อผ้าอีกครั้ง

And they fell into line between two rows of policemen.
แล้วพวกเขาก็เข้าแถวระหว่างแถวตำรวจสองแถว

Five of the worshipers lay dead by the fire.
ผู้ร่วมพิธีห้าคนเสียชีวิตอยู่ข้างกองไฟ

Two severely wounded prisoners were carried away.
นักโทษที่ได้รับบาดเจ็บสาหัสสองคนถูกนำตัวส่งโรงพยาบาล

Of course the image on the monolith was removed.
แน่นอนว่าภาพบนเสาหินนั้นถูกลบออกไปแล้ว

Legrasse himself took the evidence to the police station.
เลอกราสส์เป็นคนนำหลักฐานไปที่สถานีตำรวจด้วยตนเอง

The trip back to the headquarters was of intense strain.

การเดินทางกลับไปยังสำนักงานใหญ่เป็นไปด้วยความเครียดอย่างมาก

The men were examined when they got back to civilization.
ชายเหล่านั้นได้รับการตรวจร่างกายเมื่อพวกเขากลับมาถึงเขตชุมชน

The prisoners all proved to be men of a very low type.
ปรากฏว่านักโทษทั้งหมดเป็นคนประเภทต่ำช้าอย่างยิ่ง

They were all mixed-blooded, and mentally aberrant.
พวกเขาทั้งหมดเป็นลูกครึ่งและมีความผิดปกติทางสติปัญญา

Most were seamen by trade, or some similar professions.
ส่วนใหญ่ประกอบอาชีพเป็นกะลาสีเรือ
หรืออาชีพที่คล้ายคลึงกัน

Negroes and mulattoes were sprinkled among them.
มีคนผิวดำและลูกครึ่งผิวดำปะปนอยู่ท่ามกลางพวกเขา

But most seemed to be West Indians or Brava Portuguese.
แต่ส่วนใหญ่ดูเหมือนจะเป็นชาวเวสต์อินเดียหรือชาวโปรตุเกสบราวา

They primarily came from the Cape Verde Islands.
พวกเขาส่วนใหญ่มาจากหมู่เกาะเคปเวอร์เด

They gave the heterogeneous cult a coloring of voodooism.
พวกเขาได้เติมสีสันให้กับลัทธิที่หลากหลายนี้ด้วยกลิ่นอายของลัทธิวูดู

But there wasn't even a need to ask too many questions.
แต่จริงๆ แล้วไม่จำเป็นต้องถามคำถามอะไรมากมายเลยด้วยซ้ำ

The conclusion quickly became manifest by itself.
ข้อสรุปนั้นปรากฏชัดเจนขึ้นมาเองในเวลาไม่นาน

Something far deeper than negro fetishism was involved.
เรื่องนี้ซับซ้อนกว่าแค่ความหลงใหลในคนผิวดำมาก

Although ignorant, but their story was consistent.
ถึงแม้จะไม่รู้เรื่อง แต่เรื่องราวของพวกเขาสอดคล้องกัน

The creatures all spoke of the same central idea.

สิ่งมีชีวิตเหล่านั้นต่างพูดถึงแนวคิดหลักเดียวกัน
They certainly all shared the same loathsome faith.
พวกเขาทั้งหมดต่างก็มีความเชื่อที่น่ารังเกียจเหมือนกันอย่างแน่นอน
They worshiped, so they said, the great old ones.
พวกเขากล่าวว่า
พวกเขานับถือบูชาบรรพบุรุษผู้ยิ่งใหญ่เหล่านั้น
The great old ones lived long before there were any men.
บรรพบุรุษผู้ยิ่งใหญ่เหล่านั้นมีชีวิตอยู่มานานก่อนที่มนุษย์จะถือกำเนิดขึ้น
And they came to the young world out of the sky.
และพวกเขาได้เสด็จลงมาจากท้องฟ้าสู่โลกที่ยังเยาว์วัย
Those old ones were now gone, they explained.
พวกเขาอธิบายว่า สิ่งเก่าเหล่านั้นหายไปหมดแล้ว
They were now inside the earth and under the sea.
ตอนนี้พวกเขาอยู่ใต้ดินและใต้ทะเลแล้ว
But their dead bodies found ways to tell their secrets.
แต่ร่างไร้ชีวิตของพวกเขากลับหาทางเปิดเผยความลับของตนเองได้
They whispered into the dreams of the first men.
พวกเขากระซิบเข้าไปในความฝันของมนุษย์ยุคแรก
And the first men formed a cult which has never died.
และมนุษย์ยุคแรกได้ก่อตั้งลัทธิขึ้น ซึ่งไม่เคยล่มสลาย

***

The cult had always existed, and always would exist.
ลัทธิดังกล่าวมีอยู่มาโดยตลอด และจะคงอยู่ต่อไปเสมอ
Their followers were hidden in wastes all over the world.
ผู้ติดตามของพวกเขาซ่อนตัวอยู่ในพื้นที่รกร้างทั่วโลก
Their followers were in dark places explorers overlooked.

ผู้ติดตามของพวกเขาอยู่ในสถานที่มืดมิดที่นักสำรวจมองข้ามไป

And they would remain hidden until they were called.
และพวกเขาจะซ่อนตัวอยู่จนกว่าจะถูกเรียกตัว

When the great priest Cthulhu rises again to the surface.
เมื่อมหาปุโรหิตคธูลูฟื้นคืนชีพขึ้นมาอีกครั้ง

When Cthulhu brings the earth again beneath his sway.
เมื่อคธูลูนำโลกกลับมาอยู่ภายใต้การปกครองของเขาอีกครั้ง

When Cthulhu leaves from his dark house in the mighty city of R'lyeh.
เมื่อคธูลูออกจากบ้านอันมืดมิดของเขาในเมืองรไลเยห์อันยิ่งใหญ่

Some day he was going call, when the stars were ready.
สักวันหนึ่งเขาจะโทรมา เมื่อดวงดาวพร้อมแล้ว

And the secret cult will always be waiting to liberate him.
และลัทธิลับนั้นจะคอยเฝ้ารอที่จะปลดปล่อยเขาอยู่เสมอ

Meanwhile, no more of his story must be told.
ในขณะเดียวกัน เรื่องราวของเขาไม่ควรถูกเล่าต่ออีกแล้ว

There was a secret even torture could not extract.
มีความลับบางอย่างที่แม้แต่การทรมานก็ไม่อาจเปิดเผยได้

Mankind was not alone among the conscious things of earth.
มนุษย์ไม่ได้เป็นเพียงสิ่งมีชีวิตที่มีสติสัมปชัญญะเพียงชนิดเดียวบนโลก

Because shapes came out of the dark to visit the faithful few.
เพราะรูปร่างต่างๆ

ปรากฏออกมาจากความมืดเพื่อมาเยี่ยมเยียนผู้ศรัทธาเพียงไม่กี่คน

But these were not the great old ones.
แต่พวกนี้ไม่ใช่พวกที่ยิ่งใหญ่ในอดีต

No man had ever seen the great old ones.
ไม่มีใครเคยเห็นสิ่งมีชีวิตโบราณที่ยิ่งใหญ่เหล่านั้นมาก่อน

The carven idol was of great Cthulhu.
รูปปั้นแกะสลักนั้นคือรูปปั้นของมหาเทพคธูลู

None could say whether the others were like him.
ไม่มีใครบอกได้ว่าคนอื่นๆ เป็นเหมือนเขาหรือไม่

No one could read the old writing now.
ตอนนี้ไม่มีใครอ่านลายมือเก่าๆ นั้นได้แล้ว

Instead, things were told by word of mouth.
แต่เรื่องราวต่างๆ กลับถูกเล่าต่อกันปากต่อปาก

The chanted ritual was not the secret.
พิธีกรรมที่ท่องจำนั้นไม่ใช่ความลับ

The secret was never spoken aloud, only whispered.
ความลับนั้นไม่เคยถูกพูดออกมาดังๆ มีเพียงการกระซิบเท่านั้น

The chant meant one thing, and one thing alone:
คำสวดนั้นหมายถึงสิ่งเดียว และสิ่งเดียวเท่านั้น:

"In his house at R'lyeh dead Cthulhu waits dreaming."
"คธูลูผู้ตายแล้วเฝ้ารอและฝันอยู่ในบ้านของเขาที่เมืองรไลเยห์"

Only two of the prisoners were found sane enough to be
hanged.
มีเพียงนักโทษสองคนเท่านั้นที่ถูกพบว่ามีสติสัมปชัญญะเพียง
พอที่จะถูกประหารด้วยการแขวนคอ

The rest of them were committed to various institutions.
ส่วนที่เหลือถูกส่งตัวไปยังสถาบันต่างๆ

All denied to have taken any part in the ritual murders.
ทุกคนปฏิเสธว่าไม่ได้มีส่วนร่วมในการฆาตกรรมตามพิธีกรรมดั
งกล่าว

They said the killing had been done by something else.
พวกเขาบอกว่าการฆาตกรรมครั้งนี้กระทำโดยสิ่งอื่น

"The black-winged ones," they each insisted, separately.
"พวกที่มีปีกสีดำ" พวกเขาแต่ละคนยืนยันแยกกัน

They had come to them from their immemorial meeting-
place.

พวกเขาเดินทางมาจากสถานที่พบปะสังสรรค์อันเก่าแก่ของพว
กเขา

They had arisen out from the haunted woodlands.
พวกเขาได้ผุดขึ้นมาจากป่าต้องมนต์

But the stories of mysterious allies were inconsistent.
แต่เรื่องราวเกี่ยวกับพันธมิตรลึกลับนั้นไม่สอดคล้องกัน

****

What the police did extract came mainly from one man.
สิ่งที่ตำรวจได้มานั้นส่วนใหญ่มาจากชายคนเดียว

An immensely aged mestizo named Castro.
ชายลูกครึ่งอายุมากชื่อคาสโตร

He claimed to have sailed to strange ports.
เขาอ้างว่าเคยแล่นเรือไปยังท่าเรือแปลก ๆ หลายแห่ง

And he said he had been to the mountains of China.
และเขากล่าวว่าเขาเคยไปเที่ยวภูเขาในประเทศจีนมาแล้ว

There he talked with undying leaders of the cult.
ที่นั่นเขาได้พูดคุยกับผู้นำอมตะของลัทธิ

Old Castro remembered bits of hideous legend.
คาสโตรผู้เฒ่าจำเรื่องราวอันน่าสยดสยองบางส่วนได้

His legends paled the speculations of theosophists.
ตำนานของเขานั้นเหนือกว่าการคาดเดาของพวกนักปรัชญาเท
ววิทยาเสียอีก

His stories made man seem like a recent creation.
เรื่องราวของเขาทำให้มนุษย์ดูเหมือนเป็นสิ่งมีชีวิตที่เพิ่งถูกสร้า
งขึ้นมาไม่นาน

Even the world was transient in his account of things.
แม้แต่โลกก็ยังไม่จีรังยั่งยืนในสายตาของเขา

There had been eons when other Things ruled on the earth.
เคยมีช่วงเวลานับล้านปีที่สิ่งอื่น ๆ เคยปกครองโลกนี้

And they had had great cities here on the earth.
และพวกเขาก็เคยมีเมืองใหญ่โตบนโลกใบนี้

The deathless Chinamen told him reserved secrets.
ชาวจีนผู้เป็นอมตะได้บอกความลับที่เก็บงำไว้แก่เขา

He had told him their ruins could still be found.
เขาบอกกับเขาว่าซากปรักหักพังของพวกเขายังคงสามารถพบเห็นได้

There were still Cyclopean stones on islands in the Pacific.
ยังคงมีหินขนาดมหิมาหลงเหลืออยู่บนเกาะต่างๆ
ในมหาสมุทรแปซิฟิก

They all died vast epochs of time before man came.
สิ่งมีชีวิตเหล่านั้นล้วนตายไปในยุคสมัยอันยาวนานก่อนที่มนุษย์
จะถือกำเนิดขึ้น

But there were knowledges and practices in ancients arts.
แต่ในศิลปะโบราณนั้นมีความรู้และแนวปฏิบัติอยู่

Special rituals which could revive them again, in time.
พิธีกรรมพิเศษที่อาจช่วยฟื้นคืนชีพพวกเขาได้อีกครั้งเมื่อเวลาผ่าน
นไป

In the cycle of eternity their return was inevitable.
ในวัฏจักรแห่งนิรันดร์
การกลับมาของพวกเขานั้นเป็นสิ่งที่หลีกเลี่ยงไม่ได้

When the stars come round again to the right positions
เมื่อดวงดาวโคจรกลับมาอยู่ในตำแหน่งที่ถูกต้องอีกครั้ง

They had, indeed themselves come from the stars.
แท้จริงแล้ว พวกเขามาจากดวงดาวนั่นเอง

"These great old ones," Castro continued.
"ต้นไม้เก่าแก่ที่ยิ่งใหญ่เหล่านี้" คาสโตรกล่าวต่อ

They were not composed entirely of flesh and blood.
พวกเขาไม่ได้ประกอบขึ้นจากเนื้อและเลือดทั้งหมด

They had shape," Castro insisted, confidently.
"พวกมันมีรูปทรง" คาสโตรยืนยันอย่างมั่นใจ

And he had strange proof for what he believed.
และเขาก็มีหลักฐานแปลกๆ มาสนับสนุนสิ่งที่เขาเชื่อ

But the shape they took on was not made of matter.
แต่รูปร่างที่พวกมันปรากฏนั้นไม่ได้ทำมาจากสสาร

When the stars were in their right positions.
เมื่อดวงดาวเรียงตัวอยู่ในตำแหน่งที่เหมาะสม

Then they could plunge from one world to another.
จากนั้นพวกเขาก็สามารถพุ่งทะยานจากโลกหนึ่งไปสู่อีกโลกหนึ่งได้

Because they can move themselves through the sky.
เพราะพวกมันสามารถเคลื่อนที่ไปในอากาศได้ด้วยตัวเอง

But when the stars were wrong, they cannot live.
แต่เมื่อดวงดาวผิดเพี้ยน พวกเขาก็ไม่อาจมีชีวิตอยู่ได้

And it is true that they no longer live like we do.
และเป็นความจริงที่ว่าพวกเขาไม่ได้ใช้ชีวิตเหมือนพวกเราอีกต่อไปแล้ว

But despite that, they never really die either.
แต่ถึงอย่างนั้น พวกเขาก็ไม่เคยตายอย่างแท้จริงเช่นกัน

They rest in stone houses in their great city of R'lyeh.
พวกเขาพักผ่อนในบ้านหินในเมืองใหญ่ของพวกเขาที่ชื่อว่า ร'ลีเยห์

They are preserved by the spells of mighty Cthulhu.
พวกมันถูกรักษาไว้ด้วยเวทมนตร์ของคธูลูผู้ยิ่งใหญ่

So there they lie, unaffected by the passing of time.
ดังนั้นพวกมันจึงนอนอยู่ตรงนั้น
โดยไม่ได้รับผลกระทบจากการผ่านไปของเวลา

And they wait for another glorious resurrection.
และพวกเขารอคอยการฟื้นคืนชีพอันรุ่งโรจน์อีกครั้ง

When the stars and earth are ready for them again.
เมื่อดวงดาวและโลกพร้อมที่จะต้อนรับพวกเขาอีกครั้ง

But they are still dependent on an outside force.

แต่พวกเขายังคงต้องพึ่งพาปัจจัยภายนอกอยู่ดี

A force from outside served to liberate their bodies.
พลังจากภายนอกได้เข้ามาช่วยปลดปล่อยร่างกายของพวกเขา

The spells preserved them and kept them intact.
คาถาเหล่านั้นได้ช่วยรักษาสิ่งเหล่านั้นไว้และทำให้พวกมันคงสภาพสมบูรณ์

But the spells also kept them from breaking free.
แต่เวทมนตร์เหล่านั้นก็ทำให้พวกเขาไม่สามารถหลุดพ้นได้เช่นกัน

So they could only lie awake in the dark and think.
ดังนั้นพวกเขาจึงทำได้เพียงนอนไม่หลับในความมืดและครุ่นคิด

***

In the meantime uncounted millions of years rolled by.
ในระหว่างนั้น เวลานับล้านปีก็ผ่านไปอย่างนับไม่ถ้วน

They knew all that was occurring in the universe.
พวกเขารู้ทุกสิ่งที่เกิดขึ้นในจักรวาล

Because their mode of speech was transmitted thought.
เพราะรูปแบบการสื่อสารของพวกเขาคือการถ่ายทอดความคิด

Even now they were talking in their tombs.
แม้กระทั่งตอนนี้
พวกเขาก็ยังคงพูดคุยกันอยู่ในสุสานของพวกเขา

Then, after infinities of chaos, the first men came.
จากนั้น หลังจากความโกลาหลอันไม่มีที่สิ้นสุด
มนุษย์กลุ่มแรกก็ถือกำเนิดขึ้น

The great old ones spoke to the sensitive among them.
เหล่าผู้เฒ่าผู้แก่ได้พูดคุยกับผู้ที่มีความอ่อนไหวในหมู่พวกเขา

They spoke to them by molding their dreams.
พวกเขาพูดคุยกับคนเหล่านั้นโดยการหล่อหลอมความฝันของพวกเขา

Only that way could their language reach the fleshly minds of mammals.

มีเพียงวิธีนั้นเท่านั้นที่ภาษาของพวกเขาจะเข้าถึงจิตใจทางกายภาพของสัตว์เลี้ยงลูกด้วยนมได้

Then, whispered Castro, those first men formed the cult.

จากนั้น คาสโตรกระซิบว่า

ชายกลุ่มแรกเหล่านั้นได้ก่อตั้งลัทธิขึ้น

They organized themselves around small idols.

พวกเขาจัดตั้งกลุ่มของตัวเองโดยมีรูปปั้นขนาดเล็กเป็นศูนย์กลาง

The small idols which the great ones had shown them.

รูปปั้นเล็กๆ ที่ผู้ยิ่งใหญ่ได้แสดงให้พวกเขาเห็น

Idols brought from dim eras from dark stars.

เทพเจ้าที่ถูกนำมาจากยุคมืด จากดวงดาวที่ดำมืด

That cult would never die till the stars came right again.

ลัทธินั้นจะไม่มีวันล่มสลายจนกว่าดวงดาวจะเรียงตัวกันอย่างถูกต้องอีกครั้ง

The secret priests were going to take great Cthulhu from His tomb.

เหล่าปุโรหิตลับกำลังจะนำเทพคธูลูผู้ยิ่งใหญ่ออกมาจากสุสานของพระองค์

And they were going to revive His subjects.

และพวกเขากำลังจะฟื้นฟูประชากรของพระองค์

And then Cthulhu was going to resume His rule of earth.

แล้วคธูลูก็จะกลับมาปกครองโลกอีกครั้ง

The right time was going to reveal itself quite clearly.

เวลาที่เหมาะสมจะปรากฏให้เห็นอย่างชัดเจนในไม่ช้า

At that time mankind will have become as the great old ones.

ในเวลานั้น

มนุษยชาติจะกลายเป็นเช่นเดียวกับบรรพบุรุษผู้ยิ่งใหญ่ในอดีต

They will be free and wild and beyond good and evil.

พวกเขาจะเป็นอิสระ ไร้ข้อจำกัด
และอยู่เหนือความดีและความชั่ว
Laws and morals are going to be thrown aside.
กฎหมายและศีลธรรมจะถูกละเลยไป

All men will be shouting and killing and reveling in joy.
ทุกคนจะโห่ร้อง ตะโกน ฆ่าฟัน และสนุกสนานอย่างเต็มที่

Then the liberated old ones will teach them the new ways.
จากนั้นบรรดาผู้เฒ่าผู้แก่ที่ได้รับการปลดปล่อยแล้วจะสอนวิถีใหม่แก่พวกเขา

New ways to shout and kill and revel and enjoy.
รูปแบบใหม่ของการตะโกน การฆ่า การเฉลิมฉลอง
และการสนุกสนาน

And all the earth will flame with a holocaust of ecstasy and freedom.
และทั่วทั้งโลกจะลุกเป็นไฟด้วยความปีติยินดีและอิสรภาพอย่างท่วมท้น

Meanwhile the cult had to practice the appropriate rites.
ในขณะเดียวกัน
กลุ่มลัทธิก็ต้องประกอบพิธีกรรมที่เหมาะสมด้วย

They had to keep alive the memory of those ancient ways.
พวกเขาต้องรักษาความทรงจำเกี่ยวกับวิถีชีวิตโบราณเหล่านั้นไว้ให้คงอยู่

And they had to shadow forth the prophecy of their return.
และพวกเขาต้องสานต่อคำพยากรณ์เกี่ยวกับการกลับมาของพวกเขา

In the elder time chosen men spoke with the entombed Old Ones.
ในสมัยโบราณ
ผู้ที่ถูกเลือกได้สนทนากับเหล่าเทพโบราณที่ถูกฝังอยู่ในสุสาน

The entombed Old Ones spoke to them in their dreams.
เหล่าเทพโบราณที่ถูกฝังไว้ได้พูดคุยกับพวกเขาในความฝัน

But then something disturbed their means of communication.

แต่แล้วก็มีบางสิ่งรบกวนวิธีการสื่อสารของพวกเขา

The great stone in the city R'lyeh had sunk beneath the waves.

ก้อนหินขนาดใหญ่ในเมืองรไลเยห์ได้จมลงใต้คลื่นแล้ว

And the monoliths and sepulchers were beneath the waters.

และแท่งหินและสุสานเหล่านั้นอยู่ใต้น้ำ

Deep waters full of the one primal mystery.

ผืนน้ำลึกที่เต็มไปด้วยปริศนาดั้งเดิมเพียงหนึ่งเดียว

Waters through which not even thought can pass.

น้ำที่แม้แต่ความคิดก็ยังผ่านไม่ได้

Water that cut off their spectral communication.

น้ำที่ตัดขาดการสื่อสารทางสเปกตรัมของพวกมัน

But the memory of the rites and rituals never died.

แต่ความทรงจำเกี่ยวกับพิธีกรรมต่างๆ ไม่เคยเลือนหายไป

And high priests said that the city would rise again.

และบรรดามหาปุโรหิตก็กล่าวว่าเมืองนี้จะฟื้นคืนชีพขึ้นมาอีกครั้ง

When the stars were right Cthulhu was going to return.

เมื่อดวงดาวเรียงตัวกันเป็นหนึ่งเดียว คธูลูจะกลับมา

The moldy black spirits of the earth will come out again.

วิญญาณดำเน่าเหม็นแห่งโลกจะปรากฏออกมาอีกครั้ง

Shadowy black spirits full of dim rumors.

วิญญาณดำมืดที่เต็มไปด้วยข่าวลือคลุมเครือ

***

The spirits collected in caverns beneath forgotten sea-bottoms.

วิญญาณที่รวมตัวกันอยู่ในถ้ำใต้ก้นทะเลที่ถูกลืมเลือนไปแล้ว

But of those spirits old Castro dared not speak much.

แต่คาสโตรผู้เฒ่าไม่กล้าพูดถึงสุราเหล่านั้นมากนัก

And he hurriedly cut himself off from the topic.
แล้วเขาก็รีบตัดบทไม่พูดถึงเรื่องนั้นทันที

No amount of persuasion could elicit more in this direction.
ไม่ว่าจะพยายามโน้มน้าวมากแค่ไหน

ก็ไม่อาจทำให้เกิดผลลัพธ์ในทิศทางนี้ได้มากกว่านี้

No subtlety could convince him to speak of those spirits.
ไม่ว่าเขาจะพูดจาอ้อมค้อมแค่ไหน

ก็ไม่อาจโน้มน้าวให้เขาพูดถึงวิญญาณเหล่านั้นได้

The size of the old ones, too, he curiously declined to
mention.
เขาปฏิเสธที่จะเอ่ยถึงขนาดของของเก่าๆ ด้วยเช่นกัน

ซึ่งเป็นเรื่องแปลก

And of the cult he spoke very little too.
และเขาก็พูดถึงลัทธินั้นน้อยมากเช่นกัน

He thought the center lay amid the pathless deserts of
Arabia.
เขาคิดว่าศูนย์กลางนั้นตั้งอยู่ท่ามกลางทะเลทรายอันไร้เส้นทาง
ของอาระเบีย

There in Irem, the City of Pillars, dreams hidden and
untouched.
ณ เมืองอิเรม เมืองแห่งเสาหลัก

ความฝันที่ซ่อนเร้นและไม่ถูกแตะต้อง

This cult was not allied to the European witch-cult.
ลัทธินี้ไม่ได้มีความเกี่ยวข้องกับลัทธิแม่มดของยุโรป

And the cult was virtually unknown beyond its members.
และลัทธินี้แทบไม่มีใครรู้จักนอกเหนือจากสมาชิกของลัทธิเอง

No book had ever really hinted of their knowledge.
ไม่มีหนังสือเล่มใดเคยบอกใบ้ถึงความรู้ของพวกเขามาก่อนเลย

Though the deathless Chinamen said the mad Arab Abdul
Alhazred came close.

ถึงแม้ชาวจีนผู้ไม่ตายจะกล่าวว่า อับดุล อัลฮาซเรด
ชาวอาหรับผู้บ้าคลั่งนั้นเกือบจะทำได้สำเร็จก็ตาม

He said that there were double meanings in his
Necronomicon.
เขาบอกว่าคัมภีร์เนโครโนมิคอนของเขามีความหมายแฝงอยู่ส
องนัย

The initiated were free to read it if they wanted to.
ผู้ที่ได้รับอนุญาตสามารถอ่านได้หากต้องการ

And they should pay attention to one couplet in particular.
และพวกเขาควรให้ความสนใจเป็นพิเศษกับบทกวีคู่หนึ่ง

"That which is not dead can sleep for eternity,"
"สิ่งใดที่ยังไม่ตาย ก็สามารถหลับใหลไปชั่วนิรันดร์"

"And with strange eons even death may die."
"และด้วยยุคสมัยอันแปลกประหลาด
แม้แต่ความตายก็อาจดับสูญได้"

Legrasse had been deeply impressed by what he heard.
เลอกราสส์ประทับใจอย่างมากกับสิ่งที่เขาได้ยิน

And he was not a little bewildered by the tale.
และเขาก็รู้สึกงุนงงไม่น้อยกับเรื่องราวที่ได้ยิน

He inquired in vain about the historic affiliations of the cult.
เขาพยายามสอบถามเกี่ยวกับความเกี่ยวข้องทางประวัติศาสตร์
ของลัทธินั้น แต่ก็ไม่ได้รับคำตอบ

Castro, apparently, had told the truth about the oath of
secrecy.
ดูเหมือนว่าคาสโตรจะพูดความจริงเกี่ยวกับคำสาบานรักษาคว
ามลับ

The authorities at Tulane University could not offer much
help either.
เจ้าหน้าที่ของมหาวิทยาลัยทูเลนก็ไม่สามารถให้ความช่วยเหลือ
ได้มากนักเช่นกัน

The were not able to shed no light upon neither cult, nor the
image.

พวกเขาไม่สามารถให้ข้อมูลใดๆ
เกี่ยวกับลัทธิหรือรูปภาพนั้นได้เลย

And now the detective had come to the highest authorities in the country.
และตอนนี้ นักสืบได้ไปถึงระดับสูงสุดของประเทศแล้ว

And he heard none other than Professor Webb' tale in Greenland.
และเขาได้ยินเรื่องราวจากศาสตราจารย์เวบบ์ในกรีนแลนด์

***

Legrasse's tale aroused feverish interest at the meeting.
เรื่องราวของเลอกราสส์จุดประกายความสนใจอย่างมากในการประชุมครั้งนั้น

The story was not only significant in its implications.
เรื่องราวนี้ไม่ได้มีความสำคัญเพียงแค่ในแง่ของนัยยะที่แฝงอยู่เท่านั้น

But the story was also corroborated by the statuette.
แต่เรื่องราวนี้ได้รับการยืนยันจากรูปปั้นขนาดเล็กด้วยเช่นกัน

The excitement echoed in the subsequent correspondence.
ความตื่นเต้นนั้นสะท้อนออกมาในจดหมายโต้ตอบที่ตามมา

Those who attended stayed in close contact with each other.
ผู้เข้าร่วมงานต่างติดต่อกันอย่างใกล้ชิด

Although scant mention occurs in the formal publications.
แม้ว่าจะมีการกล่าวถึงเพียงเล็กน้อยในเอกสารทางการก็ตาม

Caution is the first care of those accustomed to charlatanry.
ความระมัดระระวังคือสิ่งแรกที่ผู้ที่คุ้นเคยกับการหลอกลวงควรคำนึงถึง

Impostures are kept out as much as it is possible.
มีการป้องกันการแอบอ้างตัวตนให้มากที่สุดเท่าที่จะเป็นไปได้

Legrasse for some time lent the image to Professor Webb.

เลอกราสส์ได้ให้ศาสตราจารย์เวบบ์ยืมภาพดังกล่าวเป็นระยะเวลาหนึ่ง

But at the latter's death the image was returned to him.
แต่เมื่อเขาเสียชีวิต ภาพนั้นก็ถูกส่งคืนให้เขา

And the image remains in Legrasse's possession.
และภาพนั้นยังคงอยู่ในครอบครองของเลอกราสส์

This is where I viewed the terrible image not long ago.
นี่คือสถานที่ที่ฉันได้เห็นภาพอันน่าสยดสยองนั้นเมื่อไม่นานมานี้

The image is unmistakably akin to Wilcox' dream-sculpture.
ภาพนี้มีความคล้ายคลึงกับประติมากรรมในฝันของวิลค็อกซ์อย่างไม่ต้องสงสัย

It was no wonder my uncle was so excited by his tale.
จึงไม่น่าแปลกใจที่ลุงของฉันจะตื่นเต้นกับเรื่องเล่าของเขามาก

And I'm not surprised he made the efforts he made.
และผมไม่แปลกใจเลยที่เขาพยายามอย่างเต็มที่เช่นนั้น

He had heard everything Legrasse knew of the cult.
เขาได้ยินทุกอย่างที่เลอกราสส์รู้เกี่ยวกับลัทธินั้นแล้ว

And the strange cultish dreams of a sensitive young man.
และความฝันประหลาดคล้ายลัทธิของชายหนุ่มผู้อ่อนไหว

The bas-relief just like the one from the swamp.
ภาพนูนต่ำเหมือนกับภาพที่พบในบึงเลย

The addition of the devil tablet in Greenland.
การเพิ่มเติมแผ่นจารึกปีศาจในกรีนแลนด์

The exact same words used in three remote occurrences.
มีการใช้คำเดียวกันเป๊ะในสามครั้งที่แตกต่างกัน

The Eskimo diabolists, the mongrels in Louisiana, and then Wilcox.
พวกนักบวชลัทธิปีศาจชาวเอสกิโม
พวกคนสารเลวในหลุยเซียน่า และจากนั้นก็วิลค็อกซ์

What other conclusion could one possibly have come to?

จะมีข้อสรุปอื่นใดได้อีกเล่า?

It's only natural Professor Angel pursued this conclusion.
จึงเป็นเรื่องธรรมดาที่ศาสตราจารย์แองเจิลจะสรุปเช่นนั้น

And I wouldn't have expected him to be less thorough.
และผมก็ไม่ได้คาดหวังว่าเขาจะทำงานได้ไม่ละเอียดถี่ถ้วนเท่านี้

My great-uncle was a man of principled academic rigor.
คุณลุงของผมเป็นคนที่มีหลักการและความเข้มงวดทางวิชากา
รอย่างมาก

Though privately I also had other plausible theories.
ถึงแม้ว่าในใจลึกๆ แล้วฉันก็มีทฤษฎีอื่นๆ
ที่ดูสมเหตุสมผลอยู่บ้างเช่นกัน

I suspected young Wilcox of having heard of the cult.
ผมสงสัยว่าวิลค็อกซ์หนุ่มน่าจะเคยได้ยินเรื่องลัทธินี้มาก่อน

Maybe he had heard of the cult in some indirect way.
บางทีเขาอาจเคยได้ยินเรื่องลัทธินี้มาบ้างโดยทางอ้อม

He could easily have invented a series of dreams.
เขาสามารถสร้างความฝันขึ้นมาเองได้ง่ายๆ

That way he could heighten and continue the mystery.
ด้วยวิธีนั้น
เขาจึงสามารถเพิ่มความเข้มข้นและสานต่อปริศนาได้

The dream-narratives and cuttings collected did of course
corroborate.
เรื่องเล่าในความฝันและเอกสารที่รวบรวมได้นั้นยืนยันข้อเท็จ
ริงดังกล่าวอย่างแน่นอน

But the rationalism of my mind had not yet been satisfied.
แต่เหตุผลในความคิดของฉันยังไม่ได้รับการตอบสนองอย่างเพี
ยงพอ

Coincidences can form highly believable illusions too.
เหตุการณ์บังเอิญสามารถสร้างภาพลวงตาที่ดูสมจริงอย่างมาก
ได้เช่นกัน

And we have to bear in mind the extravagance of the whole subject.
และเราต้องคำนึงถึงความฟุ่มเฟือยของเรื่องทั้งหมดนี้ด้วย

So I was led to adopt what I thought the most sensible conclusions.
ดังนั้น ผมจึงตัดสินใจเลือกข้อสรุปที่ผมคิดว่าสมเหตุสมผลที่สุด

I thoroughly studied the manuscript from the beginning.
ฉันศึกษาต้นฉบับอย่างละเอียดถี่ถ้วนตั้งแต่ต้น

And I correlated the theosophical and anthropological notes.
และฉันได้เชื่อมโยงบันทึกทางเทววิทยาและมานุษยวิทยาเข้าด้วยกัน

I compared the literature with the cult narrative of Legrasse.
ฉันเปรียบเทียบวรรณกรรมกับเรื่องเล่าเชิงลัทธิของเลอกราสส์

I made a trip to Providence to see the sculptor.
ฉันเดินทางไปเมืองโพรวิเดนซ์เพื่อไปชมผลงานของประติมากรท่านนั้น

And I intended to give him the rebuke I thought proper.
และฉันตั้งใจจะตำหนิเขาอย่างที่ฉันคิดว่าเหมาะสม

There must be consequences, I felt, for the trick he played.
ฉันรู้สึกว่าการกระทำของเขานั้นต้องมีผลตามมาอย่างแน่นอน

He had boldly imposed himself upon a learned and aged man.
เขาได้แสดงพฤติกรรมที่ไม่เหมาะสมอย่างโจ่งแจ้งต่อชายผู้ทรงความรู้และสูงวัย

***

Wilcox still lived alone where my uncle had met him.
วิลค็อกซ์ยังคงอาศัยอยู่คนเดียวในสถานที่ที่ลุงของฉันได้พบกับเขา

In the Fleur-de-Lys Building in Thomas Street.
ตั้งอยู่ในอาคารเฟลอร์-เดอ-ลิส บนถนนโทมัส

A hideous Victorian imitation of Seventeenth Century
Breton architecture.
เป็นการเลียนแบบสถาปัตยกรรมเบรอตงในศตวรรษที่สิบเจ็ดอ
ย่างน่าเกลียดน่ากลัวในสไตล์วิคตอเรียน

The building flaunted its stuccoed front amidst its
surroundings.
อาคารหลังนี้โดดเด่นด้วยด้านหน้าที่ฉาบปูนอย่างสวยงามท่าม
กลางสภาพแวดล้อมโดยรอบ

There were lovely Colonial houses on the ancient hill.
บนเนินเขาโบราณนั้นมีบ้านสไตล์โคโลเนียลที่สวยงามตั้งอยู่

And the house stood under the shadow of the finest
Georgian steeple in America.
และบ้านหลังนั้นตั้งอยู่ใต้เงาของยอดหอคอยสไตล์จอร์เจียนที่ง
ดงามที่สุดในอเมริกา

I found him at work in his rooms, among his sculptures.
ฉันพบเขาขณะกำลังทำงานอยู่ในห้องของเขา

ท่ามกลางประติมากรรมต่างๆ ของเขา

The specimens scattered came from a very unique mind.
ตัวอย่างที่กระจัดกระจายเหล่านั้นมาจากความคิดที่ไม่เหมือนใ
ครอย่างยิ่ง

At once I conceded that his genius is indeed profound and
authentic.
ทันใดนั้นฉันก็ยอมรับว่าอัจฉริยภาพของเขานั้นลึกซึ้งและแท้จริ
งอย่างยิ่ง

He has crystallized in clay that which Arthur Machen evokes
in prose.
เขาได้ตกผลึกสิ่งที่อาร์เธอร์

แมคเชนถ่ายทอดออกมาในงานเขียนร้อยแก้วลงบนดินเหนียว

He mirrored in marble the nightmares Clark Ashton Smith
put to canvas.
เขาได้สะท้อนฝันร้ายที่คลาร์ก แอชตัน สมิธ วาดไว้บนผืนผ้าใบ

ลงบนหินอ่อน

He will, I believe, be spoken of one day as one of the great decadents.

ผมเชื่อว่าสักวันหนึ่งเขาจะถูกกล่าวถึงในฐานะหนึ่งในบุคคลผู้เสื่อมโทรมที่ยิ่งใหญ่ที่สุดคนหนึ่ง

He was dark, frail, and somewhat unkempt in aspect.

เขามีผิวคล้ำ ผอมบาง และดูไม่เรียบร้อยนัก

He turned languidly at my knock on his door.

เขาหันมาอย่างเชื่องซิมเมื่อฉันเคาะประตู

He didn't rise from his seat when I came in.

เขาไม่ได้ลุกจากที่นั่งเมื่อฉันเข้ามา

And he asked me what the purpose of my visit was.

แล้วเขาก็ถามผมว่าจุดประสงค์ของการมาเยือนของผมคืออะไร

When I told him who I was his interest was piqued.

เมื่อฉันบอกเขาว่าฉันเป็นใคร เขาก็เริ่มสนใจขึ้นมา

My uncle had excited his curiosity by probing his strange dreams.

ลุงของฉันจุดประกายความอยากรู้อยากเห็นของเขาด้วยการสำรวจความฝันแปลกๆ ของเขา

Although he had never explained the reason for the study.

แม้ว่าเขาจะไม่เคยอธิบายเหตุผลของการศึกษาครั้งนั้นเลยก็ตาม

I did not enlarge his knowledge in this regard.

ฉันไม่ได้เพิ่มพูนความรู้ของเขาในเรื่องนี้

But I sought with some subtlety to gain his confidence.

แต่ผมพยายามใช้กลวิธีอันแยบยลเพื่อเอาชนะใจเขา

In a short time I became convinced of his absolute sincerity.

ในเวลาไม่นาน ฉันก็มั่นใจในความจริงใจอย่างแท้จริงของเขา

He spoke of the dreams in a manner none could mistake.

เขาเล่าถึงความฝันเหล่านั้นด้วยน้ำเสียงที่ไม่มีใครเข้าใจผิดได้

His dreams' subconscious residuum had influenced his art profoundly.

ร่องรอยในจิตใต้สำนึกจากความฝันของเขาส่งอิทธิพลอย่างลึก
ซึ้งต่อศิลปะของเขา

He showed me a morbid statue of the likes I had never seen
before.
เขาพาฉันไปดูรูปปั้นที่น่าสยดสยองซึ่งฉันไม่เคยเห็นมาก่อน

The statue's contours almost made me shake with fear.
รูปทรงของรูปปั้นทำให้ฉันเกือบตัวสั่นด้วยความกลัว

The potency of the statue's black suggestion was
overbearing.
พลังแห่งการสื่อความหมายอันมืดมนของรูปปั้นนั้นรุนแรงจนเ
กินไป

He could not recall having seen the original of this thing.
เขาจำไม่ได้ว่าเคยเห็นต้นฉบับของสิ่งนี้มาก่อน

But the statue was inspired by his own dream bas-relief.
แต่รูปปั้นนี้ได้รับแรงบันดาลใจจากภาพนูนต่ำในความฝันของเข
าเอง

The outlines had formed themselves insensibly under his
hands.
โครงร่างเหล่านั้นปรากฏขึ้นอย่างไม่รู้ตัวภายใต้ฝ่ามือของเขา

It was, no doubt, the giant shape he had raved of in
delirium.
มันคงเป็นรูปร่างขนาดยักษ์ที่เขาเพ้อเจ้อถึงในขณะที่คลุ้มคลั่งอ
ย่างไม่ต้องสงสัย

That he really knew nothing of the hidden cult he soon
made clear.
ไม่นานเขาก็ทำให้เห็นชัดเจนว่าแท้จริงแล้วเขาไม่รู้อะไรเลยเกี่ย
วกับลัทธิลับนั้น

Only my uncle's relentless catechism had given him some
clues.
มีเพียงการซักถามอย่างไม่หยุดหย่อนของลุงผมเท่านั้นที่ให้เบา
ะแสแก่เขาบ้าง

And again I strove to explain the obvious conclusions away.

และอีกครั้งที่ผมพยายามอธิบายข้อสรุปที่ชัดเจนเหล่านั้นให้หายไป

How he could possibly have received the weird impressions?
เขาจะได้รับความรู้สึกแปลกๆ เหล่านั้นได้อย่างไรกัน?

He talked of his dreams in a strangely poetic fashion.
เขาเล่าถึงความฝันของเขาด้วยถ้อยคำที่ฟังดูเหมือนบทกวีอย่างแปลกประหลาด

He made me see with terrible vividness the vistas of his dream.
เขาทำให้ฉันได้เห็นภาพในความฝันของเขาอย่างชัดเจนและน่าสะพรึงกลัว

The damp Cyclopean city of slimy green stone.
เมืองไซคลอปส์ชื้นแฉะที่สร้างจากหินสีเขียวเหนียวหนืด

The geometry he oddly said, was all wrong.
เขาพูดอย่างประหลาดว่า เรขาคณิตนั้นผิดทั้งหมด

And he spoke of what he heard with frightened expectancy.
และเขาเล่าสิ่งที่ได้ยินด้วยความหวาดกลัวปนความคาดหวัง

The ceaseless, half-mental calling from underground:
เสียงเรียกที่ดังไม่หยุดหย่อนและเหมือนคนเสียสติจากใต้ดิน:

"Cthulhu fhtagn... Cthulhu fhtagn"
"คธูลู ฟแท็กน์... คธูลู ฟแท็กน์"

These words had formed part of that dreaded ritual.
ถ้อยคำเหล่านี้เป็นส่วนหนึ่งของพิธีกรรมอันน่าหวาดกลัวนั้น

The ritual the told of dead Cthulhu's dream-vigil.
พิธีกรรมที่เล่าขานกันมาเกี่ยวกับการเฝ้าฝันของคธูลูผู้ล่วงลับ

The ritual that told of his stone vault at R'lyeh.
พิธีกรรมที่บอกเล่าเรื่องราวเกี่ยวกับสุสานหินของเขาที่เมืองรไลเยห์

And I felt deeply moved, despite my rational beliefs.

และฉันรู้สึกซาบซึ้งใจอย่างยิ่ง

แม้ว่าฉันจะมีความเชื่ออย่างมีเหตุผลก็ตาม

Wilcox, I was sure, had heard of the cult in some casual way.
ผมมั่นใจว่าวิลค็อกซ์คงเคยได้ยินเรื่องลัทธินี้มาบ้างไม่มากก็น้อย

He spent his time in a mass of equally weird literature.
เขาใช้เวลาส่วนใหญ่ไปกับการอ่านหนังสือแปลกประหลาดมากมายหลายเล่ม

He must have forgotten the source of his knowledge.
เขาคงลืมแหล่งที่มาของความรู้ของตนไปแล้ว

Later the cult had found subconscious expression in his dreams.
ต่อมาลัทธิดังกล่าวได้แสดงออกในระดับจิตใต้สำนึกผ่านทางความฝันของเขา

But this is natural when stories are so impressive.
แต่นั่นเป็นเรื่องธรรมดาเมื่อเรื่องราวเหล่านั้นน่าประทับใจมาก

Finally the cult's ideas manifested themselves in the bas-relief.
ในที่สุด แนวคิดของลัทธิก็ปรากฏออกมาในรูปแกะสลักนูนต่ำ

And now the subject of the cult manifested itself in the terrible statue.
และตอนนี้
สิ่งที่เป็นแก่นแท้ของลัทธินั้นได้ปรากฏออกมาในรูปของรูปปั้นที่น่าสะพรึงกลัว

I was convinced his imposture upon my uncle had been very innocent.
ฉันมั่นใจว่าการที่เขาแอบอ้างเป็นลุงของฉันนั้นเป็นเรื่องบริสุทธิ์ใจอย่างยิ่ง

He both slightly affected, and slightly ill-mannered.
เขาดูเสแสร้งเล็กน้อยและมีมารยาทไม่ค่อยดีนัก

He had a disposition which I could never like.

เขามีอุปนิสัยที่ฉันไม่มีวันชอบได้เลย

But I was willing enough now to admit his genius.
แต่ตอนนี้ฉันยอมรับในอัจฉริยภาพของเขาแล้ว

And I have no way of denying his honesty either.
และฉันก็ไม่มีทางปฏิเสธความซื่อสัตย์ของเขาได้เช่นกัน

Despite my initial feelings, I took leave of him amicably.
แม้ว่าตอนแรกฉันจะรู้สึกแบบนั้น

แต่สุดท้ายฉันก็จากเขาไปด้วยดี

And I wish him all the success his talent promises.
และผมขออวยพรให้เขาประสบความสำเร็จตามที่พรสวรรค์ของ

เขาแสดงให้เห็น

****

The matter of the cult continued to fascinate me.
เรื่องราวเกี่ยวกับลัทธิยังคงดึงดูดความสนใจของฉันอย่างต่อเนื่

อง

At times I had visions of the personal fame I could attain.
บางครั้งฉันก็จินตนาการถึงชื่อเสียงส่วนตัวที่ฉันอาจได้รับ

I visited New Orleans and talked with Legrasse.
ผมไปเยือนนิวออร์ลีนส์และได้พูดคุยกับเลอกราสส์

And I spoke with other policemen of that swamp raid.
และผมได้พูดคุยกับตำรวจคนอื่นๆ

ที่ร่วมปฏิบัติการบุกค้นในบึงนั้นด้วย

I saw the frightful image with my own eyes.
ฉันได้เห็นภาพอันน่าสยดสยองนั้นด้วยตาตัวเอง

And I even questioned some of the surviving mongrel prisoners.
และผมยังได้สอบถามนักโทษลูกผสมที่รอดชีวิตบางคนด้วย

Old Castro, unfortunately, had been dead for some years.
น่าเสียดายที่คาสโตรคนเก่าเสียชีวิตไปหลายปีแล้ว

What I now heard so graphically at first hand excited me
afresh.
สิ่งที่ฉันได้ยินอย่างชัดเจนจากปากคำโดยตรงนั้น
ทำให้ฉันรู้สึกตื่นเต้นขึ้นมาอีกครั้ง

Though it was really no more than a detailed confirmation.
ถึงแม้ว่าจริงๆ แล้วมันก็เป็นเพียงการยืนยันรายละเอียดเท่านั้น

What they told me I had already read in my uncle's notes.
สิ่งที่พวกเขาบอกนั้น ฉันเคยอ่านเจอในบันทึกของลุงมาแล้ว

I felt sure that I was on the track of a very real secret.
ฉันรู้สึกมั่นใจว่าฉันกำลังติดตามเบาะแสของความลับที่แท้จริง
อยู่

And I was sure I was going to discover a very ancient
religion.
และผมมั่นใจว่าผมกำลังจะค้นพบศาสนาโบราณมาก ๆ
ศาสนาหนึ่ง

The discovery would make me an anthropologist of note.
การค้นพบนี้จะทำให้ฉันเป็นนักมานุษยวิทยาที่มีชื่อเสียง

My attitude was still one of absolute rational materialism.
ทัศนคติของผมยังคงเป็นไปในแนวทางวัตถุนิยมเชิงเหตุผลอย่า
งแท้จริง

And I wish my attitude to the subject matter had not
changed.
และฉันหวังว่าทัศนคติของฉันต่อเรื่องนี้จะไม่เปลี่ยนแปลงไป

I discounted with almost inexplicable perversity the
coincidences.
ผมมองข้ามความบังเอิญเหล่านั้นไปอย่างประหลาดจนแทบอธิ
บายไม่ได้

The dream notes and odd cuttings collected by Professor
Angell.
บันทึกความฝันและเศษกระดาษแปลกๆ
ที่ศาสตราจารย์แองเจลล์รวบรวมไว้

One thing I began to doubt was the cause of my uncle's death.
สิ่งหนึ่งที่ผมเริ่มสงสัยคือสาเหตุการเสียชีวิตของลุงผม

I began to suspect his death was far from natural.
ฉันเริ่มสงสัยว่าการตายของเขานั้นไม่ใช่การตายของธรรมชาติอย่างแน่นอน

And I now fear I know my uncle's death was not natural.
และตอนนี้ฉันเกรงว่าฉันจะรู้แล้วว่าการเสียชีวิตของลุงฉันนั้นไม่ใช่การเสียชีวิตตามธรรมชาติ

It was on a narrow hill street where he fell.
เขาพลัดตกบนถนนแคบๆ บนเนินเขา

The street lead up from the ancient waterfront.
ถนนสายนี้ทอดยาวขึ้นมาจากริมน้ำโบราณ

The port-town swarms with foreign mongrels.
เมืองท่าแห่งนี้เต็มไปด้วยสุนัขลูกผสมต่างชาติมากมาย

He fell after a careless push from a negro sailor.
เขาหกล้มหลังจากถูกกะลาสีผิวดำผลักอย่างไม่ระมัดระวัง

I had not forgotten the mixed blood of the cult-members in Louisiana.
ฉันไม่ได้ลืมเรื่องเลือดผสมของสมาชิกกลุ่มลัทธิในรัฐหลุยเซียนาเลย

I had not forgotten the sailors in the voodoo orgy.
ฉันไม่ได้ลืมเรื่องพวกกะลาสีเรือในพิธีกรรมไสยศาสตร์นั้นหรอก

And would not be surprised to learn that they had other knowledge too.
และคงไม่น่าแปลกใจหากพบว่าพวกเขามีความรู้ด้านอื่น ๆ อีกด้วย

Secret methods as anciently known as the cryptic rites.
วิธีการลับที่รู้จักกันมาตั้งแต่สมัยโบราณในชื่อพิธีกรรมลึกลับ

Poison needles as ruthless their demonic beliefs.
เข็มพิษนั้นโหดเหี้ยมสมกับความเชื่อชั่วร้ายของพวกมัน

Legrasse and his men, it is true, have been let alone.

เป็นความจริงที่ว่า
เลอกราสส์และลูกน้องของเขาได้รับอนุญาตให้ปฏิบัติภารกิจโดยลำพัง

But in Norway a certain seaman who saw things is dead.
แต่ในนอร์เวย์
มีกะลาสีเรือคนหนึ่งที่เห็นเหตุการณ์บางอย่างเสียชีวิตไปแล้ว

Might not sinister ears have picked up my uncle's interest in the sculptor?
หรือว่าหูที่ชั่วร้ายอาจจะรับรู้ถึงความสนใจของลุงฉันที่มีต่อประติมากรคนนั้น?

Might not the deeper inquiries of my uncle have drawn someone's attention?
การสอบถามที่ลึกซึ้งกว่าของลุงของฉันอาจดึงดูดความสนใจของใครบางคนได้หรือไม่?

I think Professor Angell died because he knew too much.
ฉันคิดว่าศาสตราจารย์แองเจลล์เสียชีวิตเพราะเขารู้มากเกินไป

Or he died because he was likely to learn too much.
หรือเขาอาจเสียชีวิตเพราะมีแนวโน้มที่จะเรียนรู้มากเกินไป

Whether I shall go out as he did remains to be seen.
ฉันยังต้องดูกันต่อไปว่าฉันจะจากไปแบบเขาหรือไม่

Because I too have learned much about Cthulhu.
เพราะฉันเองก็ได้เรียนรู้เกี่ยวกับคธูลูมามากเช่นกัน

The Madness from the Sea
ความบ้าคลั่งจากท้องทะเล

There is one great boon heaven could grant me.
มีพรประเสริฐอย่างหนึ่งที่สวรรค์จะประทานให้ฉันได้

The total effacing of the results of a mere chance.
การลบล้างผลลัพธ์จากความบังเอิญอย่างสิ้นเชิง

I wish I had never seen that stray piece of paper.
ฉันหวังว่าฉันจะไม่เคยเห็นเศษกระดาษชิ้นนั้นเลย

My daily routine would normally not have taken me there.
โดยปกติแล้วกิจวัตรประจำวันของฉันคงไม่พาฉันไปที่นั่น

On any other day I would not have noticed anything.
ถ้าเป็นวันอื่น ฉันคงไม่สังเกตเห็นอะไรเลย

It was an old number of an Australian journal.
เป็นวารสารเก่าของออสเตรเลียฉบับหนึ่ง

The Sydney Bulletin for April 18, 1925
หนังสือพิมพ์ซิดนีย์ บุลเลทิน ฉบับวันที่ 18 เมษายน ค.ศ. 1925

The paper had even slipped past the cutting bureau.
เอกสารฉบับนั้นหลุดรอดสายตาของฝ่ายคัดแยกเอกสารไปได้ด้วยซ้ำ

I had largely given over my inquiries to a friend.
ฉันได้มอบหมายให้เพื่อนเป็นผู้สอบถามข้อมูลส่วนใหญ่

He had taken on the work of most of the research.
เขาเป็นผู้รับผิดชอบงานวิจัยส่วนใหญ่

He had come to refer to the group as the "Cthulhu Cult".
เขาเริ่มเรียกกลุ่มนั้นว่า "ลัทธิคธูลู"

I was visiting my learned friend of Paterson, New Jersey.
ผมไปเยี่ยมเพื่อนผู้ทรงความรู้ของผมที่เมืองแพเตอร์สัน รัฐนิวเจอร์ซีย์

The curator of a local museum, and a mineralogist of note.
ภัณฑารักษ์ของพิพิธภัณฑ์ท้องถิ่น และนักแร่ธาตุวิทยาชื่อดัง

While at his museum I had access to the reserved specimens.

ระหว่างที่อยู่ที่พิพิธภัณฑ์ของเขา
ฉันมีโอกาสได้ชมตัวอย่างที่สงวนไว้

And this is when an odd picture caught my attention.
และในขณะนั้นเอง ภาพแปลกๆ
ภาพหนึ่งก็ดึงดูดความสนใจของฉัน

Beneath one of the stones was the Sydney Bulletin I
mentioned.
ใต้ก้อนหินก้อนหนึ่งนั้นมีหนังสือพิมพ์ซิดนีย์ บุลเลทิน
ที่ผมกล่าวถึงอยู่

My friend has wide affiliations in all conceivable foreign
lands.
เพื่อนของฉันมีเครือข่ายความสัมพันธ์ที่กว้างขวางในต่างแดนแ
ทบทุกประเทศ

The picture was a half-tone cut of a hideous stone image.
ภาพดังกล่าวเป็นภาพตัดขวางแบบฮาล์ฟโทนของรูปปั้นหินที่น่า
เกลียดน่ากลัว

Almost identical with the stone Legrasse had found in the
swamp.
แทบจะเหมือนกับหินที่เลอกราสส์พบในหนองน้ำเลย

Eagerly I read the article for its precious contents.
ฉันอ่านบทความนั้นด้วยความกระตือรือร้นเพราะเนื้อหาที่มีคุณ
ค่า

But I was disappointed to find that it was just a short article.
แต่ฉันรู้สึกผิดหวังที่พบว่ามันเป็นเพียงบทความสั้นๆ

Although brief, the information was of portentous
significance.
แม้จะเป็นข้อมูลสั้นๆ แต่ก็มีความสำคัญอย่างยิ่ง

***

"MYSTERY DERELICT FOUND AT SEA"
"พบเรือร้างปริศนากลางทะเล"

Vigilant Arrives With Helpless Armed New Zealand Yacht in Tow.

เรือ ระมัดระวัง

เดินทางมาถึงพร้อมลากเรือยอชต์ติดอาวุธของนิวซีแลนด์ที่ไร้ทางสู้

One Survivor and one Dead Man Found Aboard.

พบผู้รอดชีวิต 1 ราย และผู้เสียชีวิต 1 ราย บนเรือ

Tale of Desperate Battle and Deaths at Sea.

เรื่องราวของการต่อสู้ที่สิ้นหวังและการเสียชีวิตในทะเล

Rescued Seaman Refuses Particulars of Strange Experience.

ลูกเรือที่ได้รับการช่วยเหลือปฏิเสธที่จะให้รายละเอียดเกี่ยวกับประสบการณ์แปลกประหลาดนั้น

Odd Idol Found in His Possession, Inquiry to Follow.

พบรูปปั้นประหลาดในครอบครองของเขา

จะมีการสอบสวนต่อไป

The Alert of Dunedin yacht, N.Z., had been disabled in battle.

เรือยอทช์ เตือน ของเมืองดูเนดิน ประเทศนิวซีแลนด์

ได้รับความเสียหายจากการสู้รบ

Previously the ship had left from Valparaiso on March 25th.

ก่อนหน้านี้เรือลำดังกล่าวได้ออกเดินทางจากเมืองวัลปาไรโซเมื่อวันที่ 25 มีนาคม

On April 2nd the ship was driven considerably south of her course.

เมื่อวันที่ 2 เมษายน

เรือถูกพัดพาไปทางใต้จากเส้นทางเดินเรืออย่างมาก

Exceptionally heavy storms had redirected the ship.

พายุรุนแรงผิดปกติได้เปลี่ยนเส้นทางเดินเรือ

Monster waves forced the ship to take a different route.
คลื่นยักษ์ซัดจนเรือต้องเปลี่ยนเส้นทาง

On April 12th the ship was sighted by another ship.
เมื่อวันที่ 12 เมษายน
เรือลำดังกล่าวถูกพบเห็นโดยเรืออีกลำหนึ่ง

Latitude 34° 21', Longitude 152° 17'
ละติจูด 34° 21' ลองจิจูด 152° 17'

Initially they thought the ship had been deserted.
ตอนแรกพวกเขาคิดว่าเรือลำนั้นถูกทิ้งร้าง

But one still living man had been found on board.
แต่พบว่ามีชายคนหนึ่งบนเรือยังมีชีวิตอยู่

This lone survivor was in a half-delirious condition.
ผู้รอดชีวิตเพียงคนเดียวรายนี้อยู่ในสภาพครึ่งเพ้อคลั่ง

The only other victim found was a man already dead a week.
เหยื่ออีกรายที่พบมีเพียงชายคนหนึ่งซึ่งเสียชีวิตไปแล้วเมื่อสัปด
าห์ก่อน

Now the heavily armed steam yacht was being towed.
ขณะนี้เรือยอชต์ไอน้ำติดอาวุธหนักกำลังถูกลากจูงอยู่

And this morning the ship was coming in to its wharf.
และเช้านี้เรือลำนั้นกำลังเข้าเทียบท่า

The living man was clutching a horrible stone idol.
ชายผู้ยังมีชีวิตอยู่กำลังกอดรูปปั้นหินที่น่าสยดสยองเอาไว้

The stone idol was about a foot in height.
รูปปั้นหินนั้นสูงประมาณหนึ่งฟุต

And the origins of the stone were completely unknown.
และที่มาของหินก้อนนั้นก็ไม่เป็นที่ทราบแน่ชัด

Authorities at Sydney university were baffled.
เจ้าหน้าที่มหาวิทยาลัยซิดนีย์ต่างงงงวยกับเรื่องนี้

The Royal Society couldn't offer information about the idol.
ราชสมาคมไม่สามารถให้ข้อมูลเกี่ยวกับรูปปั้นดังกล่าวได้

And the Museum in College street had no insights either.
และพิพิธภัณฑ์ในถนนคอลเลจก์ไม่มีข้อมูลเชิงลึกใดๆ เช่นกัน

The survivor says he found the stone in the cabin of the yacht.
ผู้รอดชีวิตกล่าวว่าเขาพบก้อนหินนั้นในห้องโดยสารของเรือยอชต์

Allegedly the idol was in a small carved shrine.
มีรายงานว่าเทวรูปนั้นประดิษฐานอยู่ในศาลแกะสลักขนาดเล็ก

And the carvings of the shrine were of common pattern.
และงานแกะสลักภายในศาลเจ้าก็มีรูปแบบทั่วไป

This man eventually recovered back to his senses.
ในที่สุดชายคนนี้ก็ฟื้นคืนสติ

And he told an exceedingly strange story of piracy and slaughter.
และเขาเล่าเรื่องแปลกประหลาดอย่างยิ่งเกี่ยวกับการปล้นสะดมและการสังหารหมู่

He is Gustaf Johansen, a Norwegian of some intelligence.
เขาคือ กุสตาฟ โยฮันเซน
ชาวนอร์เวย์ผู้มีสติปัญญาเฉลียวฉลาดคนหนึ่ง

And he had been second mate of the two-masted schooner Emma of Auckland.
และเขายังเคยเป็นต้นหนที่สองของเรือใบสองเสาชื่อเอ็มม่าแห่งเมืองโอ๊คแลนด์

The ship sailed for Callao February 20th, manned by eleven sailors.
เรือออกเดินทางไปยังเมืองกาเยาเมื่อวันที่ 20 กุมภาพันธ์
โดยมีลูกเรือ 11 คน

The ship, he says, was delayed and thrown widely south of her course.
เขากล่าวว่า
เรือลำนั้นล่าช้าและถูกพัดไปทางใต้จากเส้นทางที่กำหนดไว้มาก

There was a great storm on March 1st, and on March 22nd.
เกิดพายุใหญ่เมื่อวันที่ 1 มีนาคม และ 22 มีนาคม

On their journey they encountered another ship.

ระหว่างการเดินทาง พวกเขาได้พบกับเรืออีกลำหนึ่ง

This was in S. Latitude 49° 51′, W. Longitude 128° 34′
พิกัดนี้อยู่ที่ละติจูดใต้ 49° 51′ และลองจิจูดตะวันตก 128° 34′

This ship was manned by a queer and evil-looking crew.
ลูกเรือของเรือลำนี้ดูแปลกประหลาดและชั่วร้าย

All the men were of Kanakas and half-castes.
ชายทั้งหมดเป็นชาวคานากาและลูกครึ่ง

Being ordered peremptorily to turn back, Capt. Collins refused.
เมื่อได้รับคำสั่งให้ถอยกลับอย่างเด็ดขาด

กัปตันคอลลินส์ปฏิเสธ

Without warning the strange crew began to shoot savagely upon the schooner.
โดยไม่ทันตั้งตัว

ลูกเรือแปลกหน้ากลุ่มนั้นก็เริ่มยิงใส่เรือใบอย่างโหดเหี้ยม

They shot a peculiarly heavy battery of brass cannon.
พวกเขายิงปืนใหญ่ทองเหลืองชุดใหญ่ที่มีน้ำหนักมากผิดปกติ

The men from his ship showed fighting spirit, says the survivor.
ผู้รอดชีวิตกล่าวว่า ลูกเรือของเขามีจิตใจนักสู้

The schooner began to sink from shots beneath the waterline.
เรือใบเริ่มจมลงจากการยิงใต้ผิวน้ำ

But they managed to heave alongside their enemy boat, and board her.
แต่พวกเขาก็สามารถแล่นเรือเข้าไปเทียบข้างเรือข้าศึกและขึ้นไปบนเรือได้สำเร็จ

They grappled with the savage crew on the yacht's deck.
พวกเขาต่อสู้กับลูกเรือที่ดุร้ายบนดาดฟ้าเรือยอชต์

Their mode of fighting seemed to be strangely clumsy.
วิธีการต่อสู้ของพวกเขานั้นดูงุ่มง่ามอย่างแปลกประหลาด

But defeat did not seem to be an option for these savage men.

แต่ดูเหมือนว่าความพ่ายแพ้จะไม่ใช่ทางเลือกสำหรับคนป่าเถื่อนเหล่านี้

They had a particularly abhorrent and desperate way of fighting.

พวกเขามีวิธีการต่อสู้ที่น่ารังเกียจและสิ้นหวังเป็นพิเศษ

So they had no choice but to kill all men of the enemy ship.

ดังนั้นพวกเขาจึงไม่มีทางเลือกอื่นนอกจากต้องฆ่าลูกเรือทั้งหมดบนเรือข้าศึก

Three of their men were also killed in the fight.

ทหารของพวกเขาสามคนเสียชีวิตในการต่อสู้ครั้งนั้นด้วย

Capt. Collins and First Mate Green were among the dead.

กัปตันคอลลินส์และต้นหนกรีนเป็นหนึ่งในผู้เสียชีวิต

Second Mate Johansen took over control from First Mate Green.

ต้นหนที่สอง โจฮันเซ่น เข้ามาควบคุมเรือแทนต้นหนที่หนึ่งกรีน

And the remaining eight men proceeded to navigate the captured yacht.

และชายอีกแปดคนที่เหลือก็ดำเนินการบังคับเรือยอชต์ที่ยึดมาได้

They proceeded to continue in the original direction they were going.

พวกเขาจึงเดินทางต่อไปในทิศทางเดิม

To see if there had been any reason they were ordered to turn around.

เพื่อตรวจสอบว่ามีเหตุผลใดที่พวกเขาได้รับคำสั่งให้วกกลับหรือไม่

***

The next day, it appears, they landed on a small island.
ปรากฏว่าวันรุ่งขึ้น พวกเขาได้ขึ้นฝั่งที่เกาะเล็กๆ แห่งหนึ่ง

Although no island is known to exist in that part of the
ocean.
ถึงแม้ว่าจะไม่มีหลักฐานว่ามีเกาะอยู่ในบริเวณมหาสมุทรนั้นก็ต
าม

Six of the men somehow died ashore while on the island.
ชายทั้งหกคนเสียชีวิตบนฝั่งขณะอยู่บนเกาะด้วยสาเหตุบางประ
การ

Though Johansen is queerly reticent about this part of his
story.
แม้ว่าโยฮันเซ่นจะค่อนข้างปิดบังเรื่องราวส่วนนี้เอาไว้ก็ตาม

And he speaks only of their falling into a rock chasm.
และเขากล่าวถึงเพียงแต่ว่าพวกเขาตกลงไปในเหวหินเท่านั้น

Later, it seems, he and one companion boarded the yacht.
ต่อมาดูเหมือนว่าเขาและเพื่อนร่วมทางอีกคนหนึ่งได้ขึ้นเรือยอ
ชต์ไป

Together they tried to sail the ship, undermanned.
พวกเขาร่วมกันพยายามแล่นเรือ แม้จะมีลูกเรือไม่เพียงพอ

But they were beaten about by the storm of April 2nd.
แต่พวกเขาก็ถูกพายุพัดกระหน่ำเมื่อวันที่ 2 เมษายน

From that time till his rescue on the 12th, the man
remembers little.
นับตั้งแต่นั้นมาจนกระทั่งได้รับการช่วยเหลือในวันที่ 12
ชายคนนั้นจำอะไรแทบไม่ได้เลย

And he does not even recall when William Briden, his
companion, died.
และเขายังจำไม่ได้ด้วยซ้ำว่าวิลเลียม บริดเดน
เพื่อนร่วมงานของเขาเสียชีวิตเมื่อใด

Autopsy could reveal no obvious cause to Briden's death.
ผลการชันสูตรศพไม่พบสาเหตุการเสียชีวิตที่ชัดเจนของบริเดน

The most likely cause of death is exposure to the elements.

สาเหตุการเสียชีวิตที่น่าจะเป็นไปได้มากที่สุดคือ
การสัมผัสกับสภาพอากาศที่รุนแรง

The Dunedin reported that their boat, the Alert, was well known.
ทาง ดันเนดิน รายงานว่าเรือของพวกเขาชื่อ เตือน
เป็นที่รู้จักกันดี

The island traders bore an evil reputation along the waterfront.
พ่อค้าบนเกาะเหล่านี้มีชื่อเสียงไม่ดีนักตามริมฝั่งแม่น้ำ

The ship was owned by a curious group of half-castes.
เรือลำนั้นเป็นของกลุ่มลูกครึ่งที่มีพฤติกรรมแปลกประหลาดกลุ่มหนึ่ง

Frequent meetings and night trips to the woods attracted curiosity.
การประชุมบ่อยครั้งและการออกไปเที่ยวป่าในเวลากลางคืนดึงดูดความสนใจของผู้คน

The ship had set sail in great haste on March 1st.
เรือลำนั้นออกเดินทางอย่างเร่งรีบในวันที่ 1 มีนาคม

Just after the storm, and the earth tremors that night.
หลังจากพายุสงบลงและเกิดแผ่นดินไหวในคืนนั้น

Our Auckland correspondent gives the Emma excellent reputation.
ผู้สื่อข่าวของเราในโอ๊คแลนด์ให้คะแนนเรือเอ็มมาในระดับดีเยี่ยม

The Crew from the Emma were held very in high regard.
ลูกเรือจากเรือเอ็มม่าได้รับการยกย่องอย่างสูง

And Johansen is described as a sober and worthy man.
และโยฮันเซ่นได้รับการกล่าวถึงว่าเป็นคนสุขุมและน่านับถือ

The admiralty will institute an inquiry on the whole matter.
กองทัพเรือจะทำการสอบสวนเรื่องทั้งหมดนี้

Starting tomorrow they will collect all relevant information.

ตั้งแต่วันพรุ่งนี้เป็นต้นไป
พวกเขาจะเริ่มรวบรวมข้อมูลที่เกี่ยวข้องทั้งหมด

Every effort will be made to induce Johansen to speak.
จะพยายามทุกวิถีทางเพื่อชักชวนให้โยฮันเซ่นยอมพูด

This and the hellish image were all the information I had to go on.
ข้อมูลนี้และภาพอันน่าสยดสยองเป็นข้อมูลทั้งหมดที่ฉันมีเพื่อใช้ในการวิเคราะห์

But what a train of ideas that little information started in my mind!
แต่ข้อมูลเพียงเล็กน้อยนั้นกลับจุดประกายความคิดมากมายในหัวฉัน!

Here were new treasuries of data on the Cthulhu Cult.
ที่นี่คือแหล่งข้อมูลใหม่มากมายเกี่ยวกับลัทธิคธูลู

The cult not only had interests on land.
ลัทธินี้ไม่ได้มีผลประโยชน์เฉพาะในที่ดินเท่านั้น

Now there was evidence they also had connections to the sea.
ขณะนี้มีหลักฐานว่าพวกเขามีความเชื่อมโยงกับทะเลด้วย

What motive prompted the hybrid crew to order back the Emma?
อะไรคือแรงจูงใจที่ทำให้ลูกเรือไฮบริดสั่งให้ส่งยานเอ็มม่ากลับมา?

Why did they sail about with their hideous idol?
เหตุใดพวกเขาจึงล่องเรือไปพร้อมกับรูปปั้นที่น่าเกลียดน่ากลัวนั้น?

What was the unknown island on which six of the Emma's crew had died?
เกาะนิรนามที่ลูกเรือของเรือเอ็มม่า 6 คนเสียชีวิตนั้นคือเกาะอะไร?

And why was Johansen so secretive about their death?

แล้วทำไมโยฮันเซนถึงปกปิดเรื่องการเสียชีวิตของพวกเขาเป็น
ความลับขนาดนั้น?

What had the vice-admiralty's investigation brought out?
ผลการสอบสวนของรองผู้บัญชาการทหารเรือได้เปิดเผยอะไรบ้
าง?

And what was known of the noxious cult in Dunedin?
แล้วเรารู้เกี่ยวกับลัทธิชั่วร้ายในเมืองดูเนดินมากน้อยแค่ไหน?

Nor could one help but marvel at the timing of the events.
นอกจากนี้ ยังอดทึ่งกับจังหวะเวลาของเหตุการณ์เหล่านี้ไม่ได้

There was a deep and more than natural linkage between
the dates.
มีความเชื่อมโยงที่ลึกซึ้งและมากกว่าปกติระหว่างวันที่เหล่านั้น

A malign and now undeniable significance to the various
turns of events.
ความสำคัญที่ร้ายกาจและไม่อาจปฏิเสธได้ในปัจจุบันต่อเหตุกา
รณ์ต่างๆ ที่เกิดขึ้น

***

My uncle had noted with great care the connecting events.
ลุงของฉันได้จดบันทึกเหตุการณ์ที่เชื่อมโยงกันเหล่านั้นไว้อย่าง
ละเอียดถี่ถ้วน

On March 1st the earthquake and storm had come.
เกิดแผ่นดินไหวและพายุขึ้นเมื่อวันที่ 1 มีนาคม

February 28th, according to the International Date Line.
วันที่ 28 กุมภาพันธ์ ตามเส้นแบ่งเขตเวลาสากล

From Dunedin the noisome crew of the Alert darted eagerly
forth.
ลูกเรือที่ส่งกลิ่นเหม็นของเรือ เตือน
รีบแล่นออกจากเมืองดูเนดินอย่างกระตือรือร้น

They moved as if they had been imperiously summoned.

พวกเขาเคลื่อนไหวราวกับได้รับคำสั่งเรียกตัวมาอย่างโอหัง

On the other side of the earth the other events unfolded.
อีกด้านหนึ่งของโลก เหตุการณ์อื่นๆ ก็เกิดขึ้นเช่นกัน

Poets and artists had begun to have their strange dreams.
เหล่ากวีและศิลปินเริ่มมีความฝันแปลกๆ ขึ้นมา

Dreams of a dank Cyclopean city from times long gone.
ความฝันถึงเมืองไซคลอปส์อันชื้นแฉะจากยุคสมัยที่ล่วงเลยไปนานแล้ว

A young sculptor was persuaded by these dreams too.
ประติมากรหนุ่มคนหนึ่งก็ถูกดึงดูดด้วยความฝันเหล่านี้เช่นกัน

In his sleep he molded the form of the dreaded Cthulhu.
ในขณะที่หลับใหล
เขาได้ปั้นรูปร่างของคธูลูผู้น่าสะพรึงกลัวขึ้นมา

On March 23rd the crew of the Emma landed on an
unknown island.
เมื่อวันที่ 23 มีนาคม
ลูกเรือของเรือเอ็มม่าได้ขึ้นฝั่งที่เกาะนิรนามแห่งหนึ่ง

There on that island they left six men dead.
บนเกาะแห่งนั้น พวกเขาได้ทิ้งศพชายหกคนไว้

On that date the dreams of sensitive men assumed a
heightened vividness.
ในวันนั้น ความฝันของชายผู้อ่อนไหวจะยิ่งชัดเจนขึ้นเป็นพิเศษ

Their dreams darkened with dread of a giant monster's
malign pursuit.
ความฝันของพวกเขาเต็มไปด้วยความหวาดกลัวต่อการไล่ล่าอันชั่วร้ายของสัตว์ประหลาดขนาดยักษ์

One architect went mad from his dreams that night.
สถาปนิกคนหนึ่งเสียสติเพราะความฝันในคืนนั้น

And a sculptor had lapsed suddenly into delirium!
และประติมากรคนหนึ่งก็เกิดอาการเพ้อคลั่งขึ้นมาอย่างกะทันหัน!

And then there was the storm of April 2nd.

แล้วก็เกิดพายุเมื่อวันที่ 2 เมษายนขึ้น

The date on which all dreams of the dank city ceased.
วันที่ความฝันทั้งหมดเกี่ยวกับเมืองที่ชื้นแฉะได้สิ้นสุดลง

Wilcox emerged unharmed from the bondage of strange fever.
วิลค็อกซ์รอดพ้นจากอาการไข้ประหลาดนั้นได้อย่างปลอดภัย

And everything appeared to be normal again.
และทุกอย่างก็ดูเหมือนจะกลับสู่สภาวะปกติอีกครั้ง

But what about the hints old Castro had suggested?
แต่แล้วคำใบ้ที่คาสโตรคนเก่าเคยบอกไว้ล่ะ?

What about the sunken, star-born old ones?
แล้วพวกโบราณที่กำเนิดจากดวงดาวและจมอยู่ใต้ทะเลล่ะ?

What about their promised return and coming reign?
แล้วการกลับมาและการครองราชย์ที่พวกเขาสัญญาไว้ล่ะ?

What about their faithful cult and their mastery of dreams?
แล้วกลุ่มผู้ศรัทธาที่ภักดีและทักษะการควบคุมความฝันของพวกเขาล่ะ?

Was I tottering on the brink of cosmic horrors?
ฉันกำลังยืนอยู่บนขอบเหวแห่งความสยองขวัญระดับจักรวาลอยู่หรือเปล่า?

Cosmic horrors far beyond man's power to bear?
ความสยองขวัญระดับจักรวาลที่เกินกว่าความสามารถของมนุษย์จะรับมือได้?

If so, they must be horrors of the mind alone.
ถ้าเป็นเช่นนั้น
สิ่งเหล่านั้นคงเป็นความน่าสะพรึงกลัวในจิตใจเท่านั้น

On the second of April there was sudden coordinated calm.
ในวันที่ 2 เมษายน
เกิดความสงบอย่างพร้อมเพรียงกันอย่างฉับพลัน

The monstrous menace that sieged mankind's soul had vanished.

ภัยคุกคามอันน่าสะพรึงกลัวที่คุกคามจิตวิญญาณของมนุษยชา
ติได้หายไปแล้ว

That evening I made all necessary arrangements for onwards
travel.
เย็นวันนั้น
ฉันได้จัดการเตรียมการทุกอย่างที่จำเป็นสำหรับการเดินทางต่อ
ไป

I bade my host adieu and took a train for San Francisco.
ฉันกล่าวอำลาเจ้าบ้านและขึ้นรถไฟไปซานฟรานซิสโก

***

In less than a month I was at the port of Dunedin.
ภายในเวลาไม่ถึงหนึ่งเดือน ฉันก็อยู่ที่ท่าเรือดูเนดินแล้ว

Here, however, my investigation stumbled slightly.
อย่างไรก็ตาม การสืบสวนของผมในจุดนี้กลับสะดุดเล็กน้อย

I inquired in the old sea taverns where the men had
lingered.
ฉันสอบถามตามร้านเหล้าริมทะเลเก่าๆ
ว่าพวกผู้ชายเหล่านั้นไปรวมตัวกันอยู่ที่ไหน

But little was known of the strange cult members.
แต่แทบไม่มีใครรู้เรื่องราวเกี่ยวกับสมาชิกของลัทธิแปลกประห
ลาดเหล่านั้นเลย

Waterfront scum was far too common for special mention.
สิ่งสกปรกตามริมน้ำนั้นพบเห็นได้ทั่วไปจนไม่จำเป็นต้องกล่าวถึ
งเป็นพิเศษ

But there was vague talk about one inland trip these
mongrels had made.
แต่มีการพูดคุยกันอย่างคลุมเครือเกี่ยวกับการเดินทางเข้าไปใน
แผ่นดินครั้งหนึ่งที่พวกหมาพันธุ์ผสมเหล่านี้ได้ไปมา

Faint drumming and red flames were noted on the distant
hills.
ได้ยินเสียงกลองแผ่วเบาและเห็นเปลวไฟสีแดงบนเนินเขาที่อยู่
ไกลออกไป

In Auckland I learned only a little more of Johansen.
ที่เมืองโอ๊คแลนด์
ฉันได้เรียนรู้เกี่ยวกับโยฮันเซ่นเพิ่มขึ้นเพียงเล็กน้อยเท่านั้น

He had been taken to Sydney for the investigation.
เขาถูกนำตัวไปที่ซิดนีย์เพื่อทำการสอบสวน

A perfunctory and inconclusive questioning turned his hair
white.
การสอบสวนอย่างลวกๆ
และไม่ได้ข้อสรุปทำให้ผมของเขาขาวโพลน

Thereafter he sold his cottage in West Street.
หลังจากนั้นเขาจึงขายบ้านพักตากอากาศของเขาในถนนเวสต์ส
ตรีท

And he sailed with his wife to his old home in Oslo.
แล้วเขาก็ล่องเรือไปกับภรรยาไปยังบ้านเกิดของเขาในออสโล

His experience had clearly stirred him deeply.
เห็นได้ชัดว่าประสบการณ์ที่ผ่านมาทำให้เขารู้สึกสะเทือนใจอย่า
งมาก

But he told his friends no more than he had told the
admiralty officials.
แต่เขาไม่ได้บอกอะไรเพิ่มเติมกับเพื่อน ๆ
มากไปกว่าที่เขาบอกกับเจ้าหน้าที่กองทัพเรือ

And all they could do was to give me his Oslo address.
สิ่งที่พวกเขาทำได้มีเพียงแค่ให้ที่อยู่ของเขาในออสโลกับฉันเท่า
นั้น

After that I went to Sydney and talked profitlessly with
seamen.

หลังจากนั้นผมก็ไปซิดนีย์และพูดคุยกับลูกเรือ
แต่ก็ไม่ได้ผลอะไรเลย
Members of the vice-admiralty court could not enlighten me either.
สมาชิกของศาลรองผู้บัญชาการทหารเรือก็ไม่สามารถให้ความกระจ่างแก่ฉันได้เช่นกัน
I tracked the Alert down to Circular Quay in Sydney Cove.
ฉันติดตามต้นตอของสัญญาณเตือนภัยจนพบว่ามาจากเซอร์คิวลาร์ คีย์ ใน ซิดนีย์โคฟ
The ship had been sold and was again in commercial use.
เรือลำนั้นถูกขายไปแล้วและกลับมาใช้งานเชิงพาณิชย์อีกครั้ง
But I could gain no further clues from the ship's cargo.
แต่ผมไม่สามารถหาเบาะแสเพิ่มเติมจากสินค้าที่บรรทุกบนเรือได้เลย
The image was preserved in the Museum at Hyde Park.
ภาพดังกล่าวถูกเก็บรักษาไว้ในพิพิธภัณฑ์ที่ไฮด์พาร์ค
The cuttlefish head, dragon body, and scaly wings.
หัวปลาหมึก ลำตัวมังกร และปีกเป็นเกล็ด
The monster crouching atop the hieroglyphed pedestal.
สัตว์ประหลาดหมอบอยู่บนแท่นที่มีอักษรภาพสลักอยู่
I studied every detail of the idol long and well.
ฉันศึกษาทุกรายละเอียดของรูปปั้นนั้นอย่างละเอียดและยาวนาน
The relic was a thing of balefully exquisite workmanship.
โบราณวัตถุชิ้นนั้นเป็นผลงานการประดิษฐ์ที่ประณีตงดงามอย่างน่าขนลุก
I couldn't help but notice the similarity to Legrasse's smaller specimen.
ฉันอดไม่ได้ที่จะสังเกตเห็นความคล้ายคลึงกับตัวอย่างขนาดเล็กของเลอกราสส์
Both idols had the same utter mystery and terrible antiquity.

รูปปั้นทั้งสองมีลักษณะลึกลับและเก่าแก่สุดขั้วเหมือนกัน

And both idols had the same unearthly strangeness of material.

และรูปปั้นทั้งสองก็มีลักษณะวัสดุที่แปลกประหลาดราวกับมาจากโลกอื่นเหมือนกัน

Geologists, the curator told me, had found it a monstrous puzzle.

ภัณฑารักษ์บอกกับผมว่า

นักธรณีวิทยาพบว่ามันเป็นปริศนาที่ยากมาก

They insisted that the world held no rock like this one.

พวกเขายืนยันว่าโลกนี้ไม่มีหินก้อนไหนเหมือนก้อนนี้อีกแล้ว

Then I thought with a shudder of what old Castro had told Legrasse.

จากนั้นฉันก็รู้สึกขนลุกเมื่อนึกถึงสิ่งที่คาสโตรคนเก่าเคยบอกกับเลอกราสส์

The tale of the primal great ones, sunken under the sea.

เรื่องราวของเหล่าสิ่งมีชีวิตดึกดำบรรพ์ผู้ยิ่งใหญ่ที่จมอยู่ใต้ท้องทะเล

"They had come from the stars."

"พวกเขามาจากดวงดาว"

"They had brought their images with them."

"พวกเขาได้นำรูปภาพของตนมาด้วย"

I was shaken with a mental revolution as I had never before known.

ฉันรู้สึกตกใจกับการเปลี่ยนแปลงทางความคิดอย่างที่ไม่เคยเกิดขึ้นมาก่อน

I was now completely resolved to visit Mate Johansen in Oslo.

ตอนนี้ฉันตัดสินใจแน่วแน่แล้วว่าจะไปเยี่ยมมาเตโยฮันเซ่นที่ออสโล

Sailing for London, I re-embarked at once for the Norwegian capital.

หลังจากล่องเรือไปยังลอนดอนแล้ว
ฉันก็ขึ้นเรืออีกครั้งเพื่อไปยังเมืองหลวงของนอร์เวย์ทันที
And one autumn day I landed at the wharves.
และในวันหนึ่งของฤดูใบไม้ร่วง ฉันได้มาถึงท่าเรือ

***

Johansen's hometown was in the shadow of the Egeberg.
บ้านเกิดของโยฮันเซ่นตั้งอยู่ใต้เงาของภูเขาเอเกเบิร์ก

I discovered he lived in the Old Town of King Harold
Haardrada.
ฉันพบว่าเขาอาศัยอยู่ในเมืองเก่าของกษัตริย์ฮาโรลด์
ฮาร์ดราดา

For centuries the greater city had masqueraded as
"Christiania".
เป็นเวลาหลายศตวรรษที่เมืองใหญ่แห่งนี้ได้ปลอมตัวเป็น
"คริสเตียน่า"

King Harald Hardrada kept alive the name of Oslo.
กษัตริย์ฮารัลด์ ฮาร์ดราดา
ทรงรักษาชื่อเสียงของเมืองออสโลให้คงอยู่ต่อไป

I made the brief trip to his residences by taxicab.
ฉันเดินทางไปบ้านพักของเขาโดยรถแท็กซี่
ซึ่งเป็นระยะทางสั้นๆ

A neat and ancient building with plastered front.
อาคารเก่าแก่ที่ดูเรียบร้อย มีด้านหน้าฉาบปูน

And I knocked with palpitant heart at the door.
แล้วฉันก็เคาะประตูด้วยหัวใจที่เต้นระรัว

A sad-faced woman in black answered my summons.
หญิงสาวหน้าเศร้าในชุดดำมาตอบรับคำเรียกของฉัน

I was stung with disappointment at the sight.
ฉันรู้สึกผิดหวังอย่างมากเมื่อเห็นภาพนั้น

She told me in halting English that Gustaf Johansen was no more.

เธอพูดกับฉันด้วยภาษาอังกฤษที่ติดขัดว่า กุสตาฟ โยฮันเซ่น เสียชีวิตแล้ว

He had not long survived his return, said his wife.

ภรรยาของเขากล่าวว่า เขาอยู่รอดมาได้ไม่นานหลังจากกลับมา

The doings at sea in 1925 had broken him.

เหตุการณ์ที่เกิดขึ้นในทะเลเมื่อปี 1925 ทำให้เขาหมดกำลังใจ

He had told her no more than he had told the public.

เขาไม่ได้บอกอะไรเธอมากไปกว่าที่เขาบอกกับสาธารณชน

But he had left a long manuscript of "technical matters".

แต่เขาได้ทิ้งต้นฉบับยาวเหยียดที่เต็มไปด้วย "เรื่องทางเทคนิค" ไว้

These notes of the voyage had been written in English.

บันทึกการเดินทางเหล่านี้เขียนเป็นภาษาอังกฤษ

Evidently in order to safeguard her from the peril of casual perusal.

เห็นได้ชัดว่าเพื่อปกป้องเธอจากอันตรายจากการถูกแอบอ่านโดยไม่ได้ตั้งใจ

He had gone for a walk through a narrow lane near the Gothenburg dock.

เขาออกไปเดินเล่นในตรอกแคบๆ ใกล้ท่าเรือโกเธนเบิร์ก

A bundle of papers falling from an attic window had knocked him down.

กองกระดาษที่ตกลงมาจากหน้าต่างห้องใต้หลังคาทำให้เขาล้มลง

Two Lascar sailors at once helped him to his feet.

ลูกเรือชาวลาสการ์สองคนช่วยพยุงเขาให้ลุกขึ้นยืนในทันที

But before the ambulance could reach him he was dead.

แต่ก่อนที่รถพยาบาลจะมาถึง เขาก็เสียชีวิตแล้ว

The physicians found no adequate cause for his death.

แพทย์ไม่พบสาเหตุการเสียชีวิตที่แน่ชัดของเขา

They mostly attributed his death to heart trouble.
พวกเขาส่วนใหญ่ระบุว่าสาเหตุการเสียชีวิตของเขาเกิดจากโรค
หัวใจ

But they added his weakened constitution most likely contributed.
แต่พวกเขากล่าวเสริมว่า
สุขภาพที่ไม่แข็งแรงของเขาน่าจะเป็นปัจจัยหนึ่งที่ทำให้เกิดเรื่อ
งนี้

I now felt a deep gnawing at my vitals.
ตอนนี้ฉันรู้สึกเจ็บปวดอย่างรุนแรงที่อวัยวะภายใน

A dark terror which will never leave me till I, too, am at rest.
ความหวาดกลัวอันมืดมิดที่จะไม่มีวันหายไปจนกว่าฉันจะได้พัก
ผ่อนอย่างสงบเช่นกัน

Whether my death will come "accidentally" or not I can't tell.
ฉันบอกไม่ได้ว่าความตายของฉันจะมาแบบ "อุบัติเหตุ" หรือไม่

I spoke to the widow about her husband's work.
ฉันคุยกับหญิงม่ายเกี่ยวกับงานของสามีเธอ

And I persuaded her I had a "technical" connection to him.
และฉันก็โน้มน้าวเธอว่าฉันมีความเชื่อมโยงทาง "เทคนิค"
กับเขา

So she felt I was sufficiently entitled to the manuscript.
ดังนั้นเธอจึงรู้สึกว่าฉันมีสิทธิ์ได้รับต้นฉบับนั้นอย่างเพียงพอ

And so I attained the dead man's writing.
และด้วยเหตุนี้ ฉันจึงได้ลายมือของคนตายมาครอบครอง

I began to read the documents on the boat to London.
ฉันเริ่มอ่านเอกสารเหล่านั้นบนเรือที่กำลังเดินทางไปลอนดอน

They were little more than simple, rambling notes.
มันเป็นเพียงบันทึกย่อที่เรียบง่ายและวกวนเท่านั้น

A naive sailor's effort at a post-facto diary.
บันทึกประจำวันหลังเหตุการณ์เกิดขึ้นของกะลาสีเรือผู้ไร้เดียงส
 า

He strove to recall that last awful voyage day by day.
เขาพยายามนึกถึงการเดินทางครั้งสุดท้ายอันเลวร้ายนั้นวันแล้
ววันเล่า

I cannot attempt to transcribe his notes verbatim.
ฉันไม่สามารถถอดความบันทึกของเขาอย่างตรงตามต้นฉบับได้

The manuscript is clouded with vagueness and redundance.
ต้นฉบับเต็มไปด้วยความคลุมเครือและการกล่าวซ้ำซ้อน

But I will tell the gist of what he wrote.
แต่ผมจะเล่าใจความสำคัญที่เขาเขียนให้ฟัง

Perhaps then you will understand why I stuffed my ears
with cotton.
ถ้าอย่างนั้นคุณคงเข้าใจแล้วว่าทำไมฉันถึงเอาสำลีอุดหู

The sound of the water against the vessel's sides became
unendurable.
เสียงน้ำกระทบข้างเรือดังขึ้นจนทนไม่ไหวแล้ว

***

Johansen, thank God, did not quite know what he had seen.
โชคดีที่โยฮันเซ่นไม่รู้แน่ชัดว่าเขาเห็นอะไรไป

But it is evident he had seen the city and the Thing.
แต่เห็นได้ชัดว่าเขาเคยเห็นเมืองและสิ่งนั้นมาก่อน

I shall never sleep calmly again when I think of the horrors.
ฉันจะไม่มีวันนอนหลับอย่างสงบได้อีกต่อไปเมื่อนึกถึงเรื่องน่าส
ยดสยองเหล่านั้น

The horrors that lurk ceaselessly behind life in time and
space.
ความน่าสะพรึงกลัวที่แฝงตัวอยู่เบื้องหลังชีวิตอย่างไม่หยุดยั้ง
ทั้งในห้วงเวลาและอวกาศ

Those unhallowed blasphemies that come from elder stars.
คำดูหมิ่นอันชั่วร้ายเหล่านั้นที่มาจากดวงดาวโบราณ

Dreamers beneath the sea known only by a nightmare cult.

นักฝันใต้ท้องทะเลที่รู้จักกันเฉพาะในหมู่ลัทธิแห่งฝันร้ายเท่านั้
น

A cult ready and eager to release these monsters into the world.
กลุ่มลัทธิที่พร้อมและกระตือรือร้นที่จะปล่อยสัตว์ประหลาดเหล่านี้ออกสู่โลก

Whenever another earthquake raises their monstrous stone city again.
เมื่อใดก็ตามที่เกิดแผ่นดินไหวอีกครั้ง
เมืองหินขนาดมหึมาของพวกเขาก็จะผุดขึ้นมาอีกครั้ง

When Cthulhu is under the light of the sun once more.
เมื่อคธูลูได้กลับมาอยู่ใต้แสงอาทิตย์อีกครั้ง

Johansen's voyage had begun just as he told it to the vice-admiralty.
การเดินทางของโยฮันเซ่นเริ่มต้นขึ้นตรงตามที่เขาเล่าให้รองผู้บัญชาการทหารเรือฟัง

The Emma, in ballast, had cleared Auckland on February 20th.
เรือเอ็มม่าซึ่งบรรทุกน้ำหนักเปล่าได้ออกจากเมืองโอ๊คแลนด์เมื่อวันที่ 20 กุมภาพันธ์

The ship had felt the full force of that earthquake-born tempest.
เรือลำนั้นได้รับผลกระทบอย่างรุนแรงจากพายุที่เกิดจากแผ่นดินไหวครั้งนั้น

The horrors from the sea-bottom that filled men's dreams.
ความน่าสะพรึงกลัวจากก้นทะเลที่เข้ามาหลอกหลอนความฝันของมนุษย์

Once under control again the ship was making good progress.
เมื่อควบคุมสถานการณ์ได้แล้ว เรือก็แล่นไปได้ด้วยดี

But then the ship was held up by the Alert on March 22nd.
แต่แล้วเรือลำนั้นก็ถูกเรือ เตือน สกัดไว้เมื่อวันที่ 22 มีนาคม

I could feel the mate's regret as he wrote of her bombardment and sinking.
ผมสัมผัสได้ถึงความเสียใจของต้นหนเรือขณะที่เขาเขียนถึงการถูกโจมตีและการจมของเรือ

Of the swarthy cult-fiends on the other boat he speaks with horror.
เขาพูดถึงพวกปีศาจผิวคล้ำบนเรืออีกลำด้วยความหวาดกลัว

There was some peculiarly abominable quality about them.
พวกเขามีลักษณะที่น่ารังเกียจอย่างยิ่งอยู่บางอย่าง

Something made their destruction seem almost a duty.
บางสิ่งบางอย่างทำให้การทำลายล้างของพวกเขาดูเหมือนเป็นหน้าที่อย่างหนึ่ง

This point was brought up during the proceedings of the court of inquiry.
ประเด็นนี้ถูกหยิบยกขึ้นมาในระหว่างการพิจารณาคดีของศาลไต่สวน

Johansen shows ingenuous wonder at the accusation of ruthlessness.
โยฮันเช่นแสดงท่าทีประหลาดใจอย่างใสซื่อต่อข้อกล่าวหาเรื่องความโหดเหี้ยม

Curiosity is what drove the men on in their captured yacht.
ความอยากรู้อยากเห็นเป็นแรงผลักดันให้ชายเหล่านั้นขับเรือยอชต์ที่ยึดมาได้ต่อไป

Sticking out of the sea the men sighted a great stone pillar.
ชายเหล่านั้นมองเห็นเสาหินขนาดใหญ่โผล่ขึ้นมาจากทะเล

In South Latitude 47° 9', West Longitude 126° 43' they come upon a coastline.
ณ ละติจูดใต้ 47° 9' ลองจิจูดตะวันตก 126° 43' พวกเขาได้พบกับแนวชายฝั่ง

The coastline was of mingled mud, ooze, and weedy Cyclopean masonry.

แนวชายฝั่งเต็มไปด้วยโคลน น้ำเสีย และซากปรักหักพังที่ปกคลุมด้วยวัชพืชราวกับกำแพงหินขนาดยักษ์

Nothing less than the tangible substance of earth's supreme terror.
นี่ไม่ใช่สิ่งอื่นใดนอกจากแก่นแท้ที่จับต้องได้ของความน่าสะพรึงกลัวสูงสุดของโลก

They had come across the nightmare corpse-city of R'lyeh.
พวกเขาได้เดินทางมาถึงเมืองศพสุดสยองแห่งรไลเยห์

A city built in measureless eons behind history.
เมืองที่ถูกสร้างขึ้นในยุคสมัยอันยาวนานนับไม่ถ้วนเบื้องหลังประวัติศาสตร์

Monuments to vast loathsome shapes that seeped down from the dark stars.
อนุสาวรีย์ที่สร้างขึ้นเพื่อรำลึกถึงรูปร่างอันน่าขยะแขยงขนาดมหิมาที่ผุดขึ้นมาจากดวงดาวอันมืดมิด

There lay great Cthulhu and his hordes for incalculable cycles.
ณ ที่แห่งนั้น
คธูลูผู้ยิ่งใหญ่และกองทัพของมันได้นอนอยู่เป็นเวลานับไม่ถ้วนรอบวัฏจักร

Hidden in green slimy vaults, they sent out their thoughts.
พวกมันซ่อนตัวอยู่ในโพรงสีเขียวเหนียวหนืด
และส่งความคิดของพวกมันออกไป

The thoughts that spread fear to the dreams of the sensitive.
ความคิดที่ก่อให้เกิดความหวาดกลัวในความฝันของผู้ที่มีความอ่อนไหว

The thoughts that called imperiously to the faithful.
ความคิดที่เรียกร้องอย่างเด็ดเดี่ยวต่อผู้ศรัทธา

"Come on a pilgrimage of liberation and restoration."
"มาร่วมเดินทางแสวงบุญเพื่อการปลดปล่อยและการฟื้นฟู"

All this horror Johansen had no way of suspecting.
โยฮันเซ่นไม่มีทางคาดคิดถึงเรื่องน่าสยดสยองทั้งหมดนี้ได้เลย

But God knows he had soon seen enough!
แต่พระเจ้าทรงรู้ดีว่าในไม่ช้าเขาก็เห็นมากพอแล้ว!

I suppose what they saw was only a single mountain-top.
ฉันคิดว่าสิ่งที่พวกเขาเห็นคงเป็นเพียงยอดเขาลูกเดียวเท่านั้น

Soon the rest of the city emerged from the waters.
ไม่นานนักส่วนที่เหลือของเมืองก็โผล่พ้นน้ำขึ้นมา

The hideous monolith-crowned citadel where great Cthulhu was buried.
ป้อมปราการที่น่าสยดสยองซึ่งมีเสาหินขนาดใหญ่ตั้งอยู่บนยอด
เป็นที่ฝังศพของมหาเทพคธูลู

I shudder to think of all that may be brooding down there.
ฉันนึกแล้วก็ขนลุกกับสิ่งที่อาจซ่อนตัวอยู่ข้างล่างนั้น

And I almost wish to kill myself to stop these thoughts.
และฉันแทบอยากฆ่าตัวตายเพื่อหยุดความคิดเหล่านี้

****

Johansen and his men were awed by the cosmic majesty.
โยฮันเซ่นและลูกน้องต่างรู้สึกทึ่งในความยิ่งใหญ่ของจักรวาล

They beheld the sight of this dripping Babylon of elder demons.
พวกเขาได้เห็นภาพบาบิโลนที่ชุ่มฉ่ำไปด้วยปีศาจร้ายโบราณ

They must have guessed without guidance what it was they saw.
พวกเขาคงต้องเดาเอาเองโดยปราศจากคำแนะนำว่าสิ่งที่พวกเขาเห็นนั้นคืออะไร

What they saw was nothing of this or of any sane planet.
สิ่งที่พวกเขาเห็นนั้น ไม่ได้มีลักษณะใดๆ เหมือนกับโลกนี้
หรือโลกที่มีสภาพปกติทั่วไปเลย

The unbelievable size of the greenish stone blocks.

ก้อนหินสีเขียวขนาดใหญ่อย่างไม่น่าเชื่อ

The dizzying height of the great carven monolith.

ความสูงอันน่าเวียนหัวของเสาหินแกะสลักขนาดมหิมา

And then there was the bas-reliefs found on the captured ship.

และนอกจากนั้นยังมีภาพนูนต่ำที่พบในเรือที่ถูกยึดมาได้อีกด้วย

The colossal statues mirrored the scene on the carvings.

รูปปั้นขนาดมหิมาเหล่านั้นสะท้อนภาพที่ปรากฏบนงานแกะสลัก

Johansen achieved something very close to futurism.

โยฮันเซนสร้างสรรค์ผลงานที่ใกล้เคียงกับลัทธิอนาคตนิยมอย่างมาก

Because he did not describe any definite structure or building.

เนื่องจากเขาไม่ได้อธิบายถึงโครงสร้างหรืออาคารใดๆ อย่างเจาะจง

He dwelled on the broad impressions of vast angles and stone surfaces.

เขาครุ่นคิดถึงความประทับใจโดยรวมจากมุมมองอันกว้างใหญ่และพื้นผิวหิน

Surfaces too great to belong to anything right or proper for this earth.

พื้นที่กว้างใหญ่เกินกว่าจะนำไปใช้กับสิ่งใดๆ ที่ถูกต้องหรือเหมาะสมกับโลกใบนี้ได้

Surfaces impious with horrible images and hieroglyphs.

พื้นผิวที่ไม่เคารพต่อสิ่งศักดิ์สิทธิ์ เต็มไปด้วยภาพและอักษรภาพที่น่าสยดสยอง

There is a reason I mention his talk about angles.

มีเหตุผลที่ผมกล่าวถึงการพูดคุยเรื่องมุมของเขา

It reminds me of something Wilcox had told me of his awful dreams.

มันทำให้ผมนึกถึงเรื่องหนึ่งที่วิลค็อกซ์เคยเล่าให้ฟังเกี่ยวกับฝัน
ร้ายของเขา

He had said that the geometry of the dream-place he saw
was abnormal.
เขาบอกว่ารูปทรงเรขาคณิตของสถานที่ในฝันที่เขาเห็นนั้นผิดป
กติ

Non-Euclidean spheres unlike anything here on earth.
ทรงกลมที่ไม่เป็นไปตามเรขาคณิตแบบยุคลิด
ซึ่งแตกต่างจากสิ่งใดๆ บนโลกนี้

Loathsomely redolent dimensions completely unlike ours.
มิติที่เหม็นเน่าและแตกต่างจากโลกของเราอย่างสิ้นเชิง

Now a seaman was describing the exact same thing.
ตอนนี้ลูกเรือคนหนึ่งกำลังเล่าถึงเรื่องเดียวกันเป๊ะเลย

They bad both had the same terrible glimpse of this reality.
ทั้งสองต่างได้เห็นภาพความจริงอันน่าสยดสยองนี้เหมือนกัน

Johansen and his men landed at a sloping mud-bank.
โยฮันเซ่นและลูกน้องขึ้นฝั่งที่เนินโคลนลาดชันแห่งหนึ่ง

And they looked up at this monstrous Acropolis.
แล้วพวกเขาก็เงยหน้ามองอะโครโพลิสอันมหึมาแห่งนี้

They clambered slippery up over titan oozy blocks.
พวกเขาปีนป่ายขึ้นไปบนก้อนหินเหนียวหนืดขนาดมหึมาที่ลื่นไห
ล

Blocks which could have been no mortal staircase.
ก้อนหินเหล่านั้นไม่น่าจะเป็นบันไดที่มนุษย์ทั่วไปสร้างขึ้นได้

The very sun of heaven seemed distorted in this mist.
แม้แต่ดวงอาทิตย์บนท้องฟ้าก็ดูบิดเบี้ยวไปในหมอกนี้

A polarizing miasma welling out from this sea-soaked
perversion.
หมอกพิษที่ก่อให้เกิดความแตกแยกกำลังพวยพุ่งออกมาจากค
วามวิปริตที่ชุ่มฉ่ำไปด้วยน้ำทะเลนี้

Twisted menace and suspense lurked in those elusive rocks.

ความน่ากลัวและความระทึกขวัญที่บิดเบี้ยวซ่อนตัวอยู่ในโขดหินที่ยากจะเข้าถึงเหล่านั้น

A second glance showed concavity where the first showed convexity.
เมื่อมองอีกครั้งก็พบว่าตรงจุดที่มองครั้งแรกเห็นเป็นลักษณะเว้า ในขณะที่ด้านหน้าเป็นลักษณะนูน

Something very like fright had come over all the explorers.
ความรู้สึกหวาดกลัวอย่างรุนแรงได้เข้าครอบงำนักสำรวจทุกคน

Each man would have fled had he not feared the scorn of the others.
ชายแต่ละคนคงหนีไปแล้วหากไม่เกรงกลัวการดูถูกเหยียดหยามจากคนอื่นๆ

And it was only half-heartedly that they vainly searched.
และพวกเขาค้นหาอย่างไม่เต็มใจและไร้ผล

They were looking for some portable souvenir to bear away.
พวกเขากำลังมองหาของที่ระลึกพกพาสะดวกที่จะนำติดตัวกลับไปด้วย

It was Rodriguez, the Portuguese, who climbed up the foot of the monolith.
โรดริเกซ ชาวโปรตุเกส เป็นผู้ที่ปีนขึ้นไปถึงเชิงหินขนาดใหญ่นั้น

From there he shouted of what he had found.
จากนั้นเขาก็ตะโกนบอกสิ่งที่เขาค้นพบ

The rest followed him to the foot of the monolith.
คนอื่นๆ ก็เดินตามเขาไปจนถึงเชิงหินขนาดใหญ่

They looked curiously at the immense door in front of them.
พวกเขามองประตูบานใหญ่ที่อยู่ตรงหน้าด้วยความสงสัย

The now familiar squid-dragon was carved on the door.
รูปแกะสลักมังกรหมึกที่คุ้นเคยกันดีนั้นถูกแกะสลักไว้บนประตู

It was, Johansen said, like a great barn-door.
โยฮันเซนกล่าวว่า มันเหมือนกับประตูยุ้งฉางขนาดใหญ่

Although they said it only gave the impression of a door.
ถึงแม้พวกเขาจะบอกว่ามันดูเหมือนประตูแค่ภายนอกเท่านั้น

They could not decide if the door lay flat like a trap-door.
พวกเขาไม่สามารถตัดสินใจได้ว่าประตูนั้นวางราบเหมือนประตู
บานพับหรือไม่

Or maybe the opening was slanted like an outside cellar-door.
หรือบางทีช่องเปิดอาจจะเอียงเหมือนประตูห้องใต้ดินที่อยู่ด้าน
นอกก็ได้

As Wilcox would have said, the geometry of the place was all wrong.
อย่างที่วิลค็อกซ์คงจะพูด

รูปทรงเรขาคณิตของสถานที่นั้นผิดเพี้ยนไปหมด

One could not be sure that the sea and the ground were horizontal.
ไม่มีใครแน่ใจได้ว่าทะเลและพื้นดินอยู่ในแนวราบเดียวกัน

Hence the relative position of everything else seemed phantasmally variable.
ดังนั้น ตำแหน่งสัมพัทธ์ของสิ่งอื่นๆ

จึงดูเหมือนเปลี่ยนแปลงได้อย่างน่าอัศจรรย์

Briden pushed at the stone in several places, without result.
บริเดนพยายามดันหินในหลายจุด แต่ก็ไม่ได้ผล

Then Donovan felt delicately over around the edge of the door.
จากนั้นโดโนแวนก็ค่อยๆคลำไปตามขอบประตูอย่างเบามือ

He climbed interminably along the grotesque stone molding.
เขาปีนป่ายไปตามลวดลายหินที่ผิดรูปอย่างไม่รู้จบ

Although, if you could really call it climbing is debatable.
ถึงกระนั้น

การจะเรียกมันว่าการปีนเขาอย่างแท้จริงหรือไม่นั้นก็เป็นเรื่องที่
ถกเถียงกันได้

Perhaps the door was more horizontal than vertical.
บางทีประตูอาจจะวางตัวในแนวนอนมากกว่าแนวตั้งก็ได้

And the men wondered how any door in the universe could
be so vast.
และพวกเขาก็สงสัยว่าประตูบานใดในจักรวาลจะกว้างใหญ่ไพศ
าลเช่นนี้ได้

Then, very softly and slowly, something began to happen.
จากนั้น บางสิ่งบางอย่างก็เริ่มเกิดขึ้นอย่างแผ่วเบาและช้าๆ

The acre-great panel began to give inward at the top.
แผงขนาดหนึ่งเอเคอร์เริ่มยุบตัวเข้าด้านในจากด้านบน

And they saw that the door had balanced itself.
และพวกเขาก็เห็นว่าประตูนั้นได้ทรงตัวแล้ว

****

Donovan somehow propelled himself back along the jamb.
โดโนแวนใช้แรงผลักตัวเองถอยหลังไปตามวงกบประตูอย่างไม่
รู้ตัว

And everyone watched the queer recession of the
monstrously carven portal.
และทุกคนต่างเฝ้ามองการถอยร่นอันแปลกประหลาดของประ
ตูที่แกะสลักอย่างน่าสยดสยองนั้น

In this fantasy of prismatic distortion it moved anomalously
in a diagonal way.
ในจินตนาการแห่งการบิดเบี้ยวแบบปริซึมนี้
มันเคลื่อนที่อย่างผิดปกติในแนวทแยง

All the rules of matter and perspective seemed confused.
กฎเกณฑ์ทั้งหมดของสสารและทัศนวิสัยดูเหมือนจะสับสนไปห
มด

The aperture was black with a darkness almost material.
ช่องเปิดนั้นเป็นสีดำสนิท มืดมิดราวกับเป็นวัสดุ

That tenebrousness was indeed a positive quality.
ความมืดมิดนั้นกลับกลายเป็นคุณลักษณะที่ดีอย่างแท้จริง

The men were spared from seeing the inner walls.

พวกเขารอดพ้นจากการได้เห็นกำแพงด้านใน

The darkness burst forth like smoke from its eon-long imprisonment.

ความมืดพลุ่งพล่านออกมาดุจควันไฟที่พรากพ้นจากการถูกจองจำมานานนับล้านปี

The sun was visibly darkened by flapping membranous wings.

ดวงอาทิตย์ถูกบดบังอย่างเห็นได้ชัดด้วยปีกบางๆ ที่กระพืออยู่

And the shadow slunk away into the shrunken and gibbous sky.

และเงาค่อยๆ

เลื้อยหายไปในท้องฟ้าที่หดเล็กลงและเป็นรูปเสี้ยวพระจันทร์

The odor arising from the newly opened depths was intolerable.

กลิ่นที่โชยออกมาจากส่วนลึกที่เพิ่งเปิดใหม่นั้นรุนแรงจนทนไม่ไหว

The quick-eared Hawkins thought he heard a nasty, slopping sound.

ฮอว์กินส์ผู้มีหูไวคิดว่าเขาได้ยินเสียงสกปรกเลอะเทอะน่ารังเกียจ

His ears were confirmed when It lumbered slobberingly into sight.

เขาแน่ใจในสิ่งที่ได้ยินเมื่อมันเดินโซเซน้ำลายไหลย้อยเข้ามาในสายตา

Its gelatinous green immensity groped through the black hall.

สิ่งมหิมาสีเขียวคล้ายวุ้นนั้นคืบคลานผ่านห้องโถงสีดำ

And Its ooze and smell squeezed through the angled door.

และของเหลวเหนียวๆ

กับกลิ่นของมันก็เล็ดลอดเข้ามาทางประตูที่เอียงอยู่

The Thing went into the tainted air of that poison city of madness.

สิ่งนั้นได้เข้าไปในอากาศที่ปนเปื้อนของเมืองแห่งความบ้าคลั่งที่
เต็มไปด้วยพิษร้ายนั้น

**Poor Johansen's handwriting almost gave out when he wrote
of this.**
ลายมือของโยฮันเซ่นแทบจะเขียนไม่ออกเลยตอนที่เขาเขียนเรื่
องนี้

**He thinks two men perished of pure fright in that accursed
instant.**
เขาคิดว่าชายสองคนเสียชีวิตด้วยความตกใจสุดขีดในชั่วพริบต
าอันเลวร้ายนั้น

The Thing cannot be described with our language.
สิ่งนั้นไม่อาจบรรยายได้ด้วยภาษาของเรา

**There are no words for such abysms of shrieking and
immemorial lunacy.**
ไม่มีคำใดจะอธิบายถึงความโกลาหลแห่งความหวาดกลัวและค
วามวิกลจริตที่ฝังรากลึกเช่นนี้ได้

Eldritch contradictions of all matter, force, and cosmic order.
ความขัดแย้งอันน่าพิศวงของสสาร พลัง และระเบียบจักรวาล

A mountain that walked and stumbled on the earth. God!
ภูเขาที่เดินและสะดุดล้มลงบนผืนดิน พระเจ้า!

No wonder that across the earth a great architect went mad.
ไม่น่าแปลกใจเลยที่สถาปนิกผู้ยิ่งใหญ่คนหนึ่งทั่วโลกถึงกับเสีย
สติ

**No wonder poor Wilcox raved with fever in that telepathic
instant.**
ไม่น่าแปลกใจเลยที่วิลค็อกซ์ผู้น่าสงสารจะเพ้อคลั่งด้วยไข้สูงใน
ช่วงเวลาที่สื่อสารทางจิตได้เช่นนั้น

The green, sticky spawn of the stars, was walking the earth.
สิ่งมีชีวิตสีเขียวเหนียวหนึบที่เกิดจากดวงดาว
กำลังเดินอยู่บนโลก

The Thing of the idols had awaked to claim his own.

สิ่งที่เคยเป็นเสมือนรูปเคารพได้ตื่นขึ้นเพื่อทวงคืนสิ่งที่ตนเป็นเจ้าของแล้ว

The stars were aligned again, as was predicted.
ทุกอย่างลงตัวอีกครั้ง ตามที่คาดการณ์ไว้

An age-old cult had failed in their duties.
ลัทธิเก่าแก่ลัทธิหนึ่งล้มเหลวในการปฏิบัติหน้าที่ของตน

And a band of innocent sailors fulfilled their role by accident.
และกลุ่มกะลาสีผู้บริสุทธิ์กลุ่มหนึ่งได้ทำหน้าที่ของตนโดยบังเอิญ

After vigintillions of years great Cthulhu was loose again.
หลังจากผ่านไปหลายล้านล้านปี
มหาเทพคธูลูได้หลุดออกมาอีกครั้ง

And now great Cthulhu was ravening for delight.
และตอนนี้มหาเทพคธูลูกำลังกระหายหาความสุขอย่างสุดขีด

Three men were swept up by the flabby claws before anybody turned.
ชายสามคนถูกกรงเล็บที่อ่อนปวกเปียกนั้นคว้าตัวไปก่อนที่ใครจะหันมามอง

God rest them, if there be any rest in the universe.
ขอพระเจ้าทรงโปรดให้พวกเขาได้พักผ่อน
หากจะมีสิ่งใดที่ทำให้พวกเขาได้พักผ่อนในจักรวาลนี้

Let it be known that their names were Donovan, Guerrera and Angstrom.
ขอให้ทุกคนทราบว่าพวกเขามีชื่อว่า โดโนแวน เกร์เรรา และแองสตรอม

Parker slipped as he was trying to make his escape.
พาร์คเกอร์ลื่นล้มขณะพยายามหลบหนี

The other three were plunging frenziedly back to the boat.
อีกสามคนรีบวิ่งกลับไปที่เรืออย่างบ้าคลั่ง

They ran over endless vistas of green-crusted rock.

พวกเขาวิ่งผ่านทิวทัศน์อันกว้างใหญ่ไพศาลของโขดหินที่ปกคลุมด้วยเปลือกสีเขียว

Johansen swears he was swallowed up by an angle of masonry.
โยฮันเซ่นสาบานว่าเขาถูกดูดกลืนเข้าไปในมุมหนึ่งของกำแพงก่ออิฐ

An angle which shouldn't have been there.
มุมที่ไม่ควรมีอยู่ตรงนั้น

An angle which was acute, but behaved as if it were obtuse.
มุมที่แหลม แต่มีลักษณะเหมือนมุมป้าน

Only Briden and Johansen made it back to the boat.
มีเพียงบริเดนและโยฮันเซนเท่านั้นที่กลับมาถึงเรือได้

The two men had a moment of good fortune.
ชายทั้งสองประสบกับโชคดีในช่วงเวลาหนึ่ง

The mountainous monstrosity flopped down on the slimy stones.
ยักษ์ใหญ่รูปร่างมหึมาทรุดตัวลงบนก้อนหินลื่นๆ

And the beast hesitated floundering at the edge of the water.
และสัตว์ร้ายก็ลังเล ดิ้นรนอยู่ริมน้ำ

The steam boat had not entirely run out of hot coals.
เรือกลไฟลำนั้นยังไม่หมดถ่านร้อนเสียทีเดียว

Despite the departure of all men for the shore.
แม้ว่าชายทุกคนจะออกเดินทางไปยังชายฝั่งแล้วก็ตาม

Feverishly the two men rushed up and down between wheels.
ชายทั้งสองรีบวิ่งขึ้นลงไปมาระหว่างล้อรถอย่างร้อนรน

It was the work of only a few moments to get the engine going.
ใช้เวลาเพียงไม่กี่นาทีก็สามารถสตาร์ทเครื่องยนต์ได้แล้ว

Amidst the distorted horrors of that indescribable scene.
ท่ามกลางความสยดสยองบิดเบี้ยวของฉากที่ไม่อาจบรรยายได้นั้น

Slowly their boat began to churn the lethal waters beneath her.
เรือของพวกเขาเริ่มเคลื่อนตัวอย่างช้าๆ
ท่ามกลางผืนน้ำอันอันตรายเบื้องล่าง

And they moved along the masonry of that charnel shore.
และพวกเขาเคลื่อนตัวไปตามกำแพงหินของชายฝั่งที่แสนสยด
สยองนั้น

That strange coastline that was not from this world.
ชายฝั่งแปลกประหลาดนั้นดูไม่เหมือนมาจากโลกนี้เลย

***

The titan Thing from the stars slavered and gibbered.
สิ่งมีชีวิตขนาดยักษ์จากดวงดาวน้ำลายไหลและพร่ำเพ้อ

Like Polypheme cursing the fleeing ship of Odysseus.
เหมือนกับที่โพลีฟีมสาปแช่งเรือที่กำลังหนีของโอดิสซีอุส

Then great Cthulhu slid greasily into the water.
จากนั้น
คธูลูผู้ยิ่งใหญ่ก็เลื้อยลงไปในน้ำอย่างลื่นไหลและเหนียวเหนอะห
นะ

Bolder and more daring than the storied Cyclops.
กล้าหาญและบ้าระห่ำยิ่งกว่าไซคลอปส์ในตำนานเสียอีก

Cthulhu pursued them through the water with cosmic movement.
คธูลูไล่ตามพวกเขาไปในน้ำด้วยการเคลื่อนไหวอันทรงพลังระดั
บจักรวาล

Briden looked back from the ship and started laughing shrilly.
บริเดนหันกลับไปมองจากบนเรือแล้วก็เริ่มหัวเราะเสียงดังลั่น

From that moment Briden continued laughing at odd intervals.
นับจากนั้นมา บริดเดนก็เริ่มหัวเราะเป็นระยะๆ

But Johansen had not given up yet.
แต่โยฮันเซ่นยังไม่ยอมแพ้

He knew his ship had no chance of outpacing the thing.
เขารู้ดีว่าเรือของเขาไม่มีทางที่จะแซงหน้าสิ่งนั้นได้เลย

So he resolved on taking a desperate chance.
ดังนั้นเขาจึงตัดสินใจเสี่ยงอย่างสุดกำลัง

He loaded the furnace and set the engine for full speed.
เขาบรรจุเตาหลอมและตั้งเครื่องยนต์ให้ทำงานเต็มกำลัง

And then he ran lightning-like on deck and reversed the wheel.
จากนั้นเขาก็วิ่งอย่างรวดเร็วราวสายฟ้าแลบไปที่ดาดเรือและหมุนพวงมาลัยกลับ

There was a mighty eddying and foaming in the noisome brine.
ในน้ำเค็มที่มีกลิ่นเหม็นนั้นเกิดการปั่นป่วนและฟองขึ้นอย่างรุนแรง

The steam mounted higher and higher into the sky.
ไอน้ำพวยพุ่งสูงขึ้นไปบนท้องฟ้าเรื่อยๆ

And the brave Norwegian reversed the course of the chase.
และชาวนอร์เวย์ผู้กล้าหาญก็พลิกสถานการณ์การไล่ล่ากลับมาได้

Before him rose the unclean froth like the stern of a demon galleon.
เบื้องหน้าเขาปรากฏฟองสกปรกพวยพุ่งขึ้นมาเหมือนท้ายเรือสำเภาปีศาจ

He drove his vessel head on against the pursuing jelly.
เขาขับเรือพุ่งเข้าชนฝูงเจลลี่ที่ไล่ตามมาอย่างจัง

The awful squid-head came nearly up to the yacht's bowsprit.
ปลาหมึกยักษ์น่ากลัวตัวนั้นเกือบจะขึ้นมาถึงหัวเรือยอชต์แล้ว

But Johansen drove on relentlessly against the writhing feelers.

แต่โยฮันเซ่นยังคงขับต่อไปอย่างไม่ลดละ
แม้จะต้องเผชิญกับหนวดที่ดิ้นไปมาก็ตาม

There was a bursting as of an exploding bladder.
เสียงดังเหมือนกระเพาะปัสสาวะระเบิด

There was a slushy nastiness as of a cloven sunfish.
มันมีกลิ่นเหม็นขุ่นคล้ายโคลนของปลาโมลาที่ถูกผ่าครึ่ง

There was a stench as of a thousand opened graves.
มีกลิ่นเหม็นราวกับหลุมศพที่ถูกเปิดออกนับพันหลุม

And there was a sound the chronicler did not put on paper.
และมีเสียงหนึ่งที่ผู้บันทึกเหตุการณ์ไม่ได้บันทึกไว้ในกระดาษ

For an instant the ship was befouled by an acrid cloud.
ชั่วขณะหนึ่ง เรือถูกปกคลุมด้วยเมฆที่มีกลิ่นฉุน

The green cloud blinded Johansen and the mad man.
เมฆสีเขียวบดบังสายตาของโยฮันเซ่นและชายวิกลจริตคนนั้น

And then there was only a venomous seething astern.
จากนั้นก็เหลือเพียงเสียงเดือดดาลที่ดังมาจากด้านท้ายเรือ

But God in heaven! What the two men saw next;
โอ้พระเจ้า! สิ่งที่ชายสองคนนั้นเห็นต่อไปคือ...

The scattered plasticity of that nameless sky-spawn.
ความยืดหยุ่นที่กระจัดกระจายของสิ่งมีชีวิตไร้นามที่ถือกำเนิดจากท้องฟ้า

The injured thing was nebulously recombining.
สิ่งที่ได้รับบาดเจ็บนั้นกำลังรวมตัวกันใหม่ในลักษณะที่ไม่ชัดเจน

Soon Cthulhu would be back in its hateful original form.
ในไม่ช้า คธูลูจะกลับมาในร่างเดิมที่น่าสะพรึงกลัวของมัน

But their distance was widening with every second.
แต่ระยะห่างระหว่างพวกเขากลับยิ่งกว้างขึ้นทุกวินาที

The ship was gaining impetus from its mounting steam.
เรือเริ่มแล่นเร็วขึ้นเรื่อยๆ ด้วยไอน้ำที่เพิ่มสูงขึ้น

And eventually the cursed city was over the horizon.
และในที่สุด เมืองต้องคำสาปก็ปรากฏขึ้นเหนือขอบฟ้า

***

He did not try to navigate after their lucky escape.
เขาไม่ได้พยายามนำทางหลังจากที่พวกเขาหนีรอดมาได้อย่างห
วุดหวิด

His reaction had taken something out of his soul.
ปฏิกิริยาของเขานั้นได้พรากบางสิ่งบางอย่างไปจากจิตวิญญาณ
ของเขา

He spent his time brooding over the idol in the cabin.
เขาใช้เวลาส่วนใหญ่ครุ่นคิดถึงรูปปั้นนั้นอยู่ในกระท่อม

He looked after the laughing maniac in the boat.
เขาคอยดูแลคนบ้าที่หัวเราะอยู่ในเรือ

And he attended to a few matters such as food.
และเขาก็จัดการเรื่องเล็กๆ น้อยๆ เช่น เรื่องอาหาร

Then came the storm of April 2nd.
จากนั้นก็เกิดพายุในวันที่ 2 เมษายน

On that day clouds gathered over his consciousness.
ในวันนั้น เมฆหมอกปกคลุมจิตใจของเขา

There is a sense of pure and refined delirium.
มีความรู้สึกถึงความเคลิบเคลิ้มที่บริสุทธิ์และประณีต

Spectral whirling through liquid gulfs of infinity.
การหมุนวนอันลึกลับผ่านห้วงอวกาศอันไร้ขอบเขต

Dizzying rides through reeling universes on a comet's tail.
การเดินทางสุดหวาดเสียวผ่านจักรวาลอันหมุนวนบนหางดาวห
าง

Hysterical plunges from the pit to the moon.
การดิ่งลงอย่างบ้าคลั่งจากเหวสู่ดวงจันทร์

And he plunged back again from the moon to the pit.
แล้วเขาก็ร่วงลงมาจากดวงจันทร์สู่เหวอีกครั้ง

A cachinnating chorus of the distorted, hilarious elder gods.

เสียงหัวเราะคิกคักของเหล่าเทพเจ้าโบราณที่บิดเบี้ยวและตลก
ขบขัน

And the green bat-winged mocking imps of Tartarus.
และเหล่าปีศาจตัวเล็ก ๆ
ปีกค้างคาวสีเขียวที่คอยเยาะเย้ยจากทาร์ทารัส

Out of that dream came rescue; the ship Vigilant.
จากความฝันนั้นเอง การช่วยเหลือจึงเกิดขึ้น
นั่นก็คือเรือวิจิแลนท์

The vice-admiralty court and the streets of Dunedin.
ศาลรองผู้บัญชาการทหารเรือและถนนในเมืองดูเนดิน

The long voyage back home to the old house by the Egeberg.
การเดินทางไกลกลับบ้านเกิดที่บ้านหลังเก่าริมเขาเอเกเบิร์ก

He could not tell anyone of what he had seen.
เขาไม่สามารถบอกใครได้ถึงสิ่งที่เขาเห็น

Had he told the truth they would have thought he had gone
mad.
ถ้าเขาพูดความจริง พวกเขาคงคิดว่าเขาเสียสติไปแล้ว

So he secretly wrote of what he knew before death came.
ดังนั้นเขาจึงแอบเขียนสิ่งที่เขารู้ก่อนที่ความตายจะมาถึง

"Death would be a boon if only it could blot out the
memories."
"ความตายคงเป็นเรื่องดี
หากมันสามารถลบความทรงจำเหล่านั้นไปได้"

That was the document Johansen left behind.
นั่นคือเอกสารที่โยฮันเซ่นทิ้งไว้

And now I have placed this document in the tin box.
และตอนนี้ฉันได้ใส่เอกสารนี้ลงในกล่องเหล็กเรียบร้อยแล้ว

In the box is also the dream carved bas-relief.
ภายในกล่องยังมีภาพแกะสลักนูนต่ำรูปความฝันอยู่ด้วย

And I have included the papers of Professor Angell.
และฉันได้แนบเอกสารของศาสตราจารย์แองเจลล์มาด้วย

With this box shall go this record of mine.

กล่องนี้จะบรรจุบันทึกของฉันไปด้วย
These notes have become a test of my own sanity.
บันทึกเหล่านี้กลายเป็นบททดสอบสติสัมปชัญญะของตัวผมเอง
But I hope my discoveries are never be pieced together again.
แต่ผมหวังว่าสิ่งที่ผมค้นพบจะไม่ถูกนำมาประกอบกันใหม่ในอนาคต
I have looked upon all that the universe has to hold of horror.
ฉันได้มองเห็นความน่าสะพรึงกลัวทั้งหมดที่จักรวาลมีอยู่
But now even the skies of spring are darkness to me.
แต่ตอนนี้แม้แต่ท้องฟ้าในฤดูใบไม้ผลิก็ยังมืดมิดสำหรับฉัน
Even the flowers of summer are forever poison to me.
แม้แต่ดอกไม้ในฤดูร้อนก็เป็นพิษต่อฉันตลอดไป
But I do not think my life will be long.
แต่ฉันคิดว่าชีวิตฉันคงอยู่ได้ไม่นาน
As my uncle went, so shall my end come.
เมื่อลุงของฉันจากไป จุดจบของฉันก็จะมาถึงเช่นนั้น
As poor Johansen went, so shall my time come.
เช่นเดียวกับที่โยฮันเซ่นผู้น่าสงสารจากไป
เวลาของฉันก็จะต้องมาถึงเช่นกัน
I know too much, and the cult still lives.
ฉันรู้มากเกินไป และลัทธินั้นก็ยังคงอยู่
Cthulhu still lives, too, I can only suppose.
ฉันเดาว่าคธูลูยังคงมีชีวิตอยู่เช่นกัน
I assume Cthulhu is again in that chasm of stone.
ฉันคิดว่าคธูลูคงกลับไปอยู่ในเหวหินนั้นอีกแล้ว
The city which has shielded him since the sun was young.
เมืองที่คอยปกป้องเขามาตั้งแต่ดวงอาทิตย์ยังเยาว์วัย
I know his accursed city is sunken once more.
ฉันรู้ว่าเมืองต้องสาปของเขานั้นจมอยู่ใต้น้ำอีกครั้งแล้ว

The crew of the Vigilant sailed over the spot after the April storm.
ลูกเรือของเรือวิจิแลนท์แล่นเรือผ่านจุดดังกล่าวหลังจากพายุในเดือนเมษายน

But his ministers on earth still worship his return.
แต่บรรดาผู้รับใช้ของพระองค์บนโลกยังคงนมัสการการเสด็จกลับมาของพระองค์

In lonely places they congregate around their idol.
ในสถานที่เปลี่ยว พวกเขามักจะมารวมตัวกันรอบๆ รูปเคารพของพวกเขา

And they bellow and prance and slay in satanic ritual.
และพวกเขาคำราม โหวกเหวก และฆ่าฟันในพิธีกรรมชั่วร้ายของซาตาน

He must have been trapped by the sinking of his black abyss.
เขาคงติดกับดักเพราะก้นเหวดำมืดที่กำลังจมลงไป

Or else the world would by now be screaming with fright and frenzy.
มิเช่นนั้นโลกคงกรีดร้องด้วยความหวาดกลัวและโกลาหลไปแล้ว

Who knows how the end will come about?
ใครจะรู้ว่าจุดจบจะเป็นอย่างไร?

What has risen may sink, and what has sunk may rise.
สิ่งที่เคยขึ้นสูงอาจจมลง และสิ่งที่จมลงอาจขึ้นสูงได้

Loathsomeness waits and dreams in the deep.
ความน่ารังเกียจซ่อนตัวและฝันอยู่ในห้วงลึก

And decay spreads over the tottering cities of men.
และความเสื่อมโทรมก็แผ่ขยายไปทั่วเมืองที่กำลังจะล่มสลายของมนุษย์

A time will come where that city rises out the sea again.
วันหนึ่งเมืองนั้นจะผุดขึ้นมาจากทะเลอีกครั้ง

But I must not think about when that day will come!

แต่ฉันต้องไม่คิดถึงว่าวันนั้นจะมาถึงเมื่อไหร่!

I have one prayer if this manuscript outlives me.
หากต้นฉบับนี้ยังคงอยู่หลังจากที่ฉันจากไปแล้ว
ฉันมีข้อภาวนาอยู่ข้อหนึ่ง

I pray my executors put caution before audacity.
ฉันขอภาวนาให้ผู้จัดการมรดกของฉันใช้ความระมัดระวังมากก
ว่าความบ้าบิ่น

I pray this manuscript meets no other eyes.
ฉันภาวนาว่าต้นฉบับนี้จะไม่ต้องตกไปอยู่ในมือของใครอื่นอีกเล
ย

***

Found among the papers of the late Francis Wayland
Thurston, of Boston.
พบในเอกสารของนายฟรานซิส เวย์แลนด์ เธอร์สตัน
ผู้ล่วงลับแห่งบอสตัน